ஷேர் மார்க்கெட் A to Z

பங்குச் சந்தை ஆத்திசூடி

சொக்கலிங்கம் பழனியப்பன்

விகடன் பிரசுரம்

புதல் பகிடிப்பாய
A to Z

க்ருபால்ய
குணச்சு
புதுடுக்கு

கப்பயீசுப வதர்கெக்ாச

ஷேர் மார்க்கெட் - A to Z

பங்குச் சந்தை ஆத்திசூடி

சொக்கலிங்கம் பழனியப்பன்

விகடன் பிரசுரம்

Title :
SHARE MARKET - A to Z

© CHOKKALINGAM PALANIAPPAN

ISBN : 978-81-8476-379-9

விகடன் பிரசுரம்: **614**

நூல் தலைப்பு:
ஷேர் மார்க்கெட் - A to Z

நூல் ஆசிரியர்:
© சொக்கலிங்கம் பழனியப்பன்

புகைப்படங்கள்:
வி.செந்தில்குமார்

முதற்பதிப்பு : **அக்டோபர், 2011**

பதினெட்டாம் பதிப்பு : **ஜூன், 2025**

விலை : **₹ 200**

பதிப்பாளர்:
பா.சீனிவாசன்

துறைத் தலைவர்:
எம்.அப்பாஸ் அலி

முதன்மைப் பொறுப்பாசிரியர்:
அ.அன்பழகன்

தலைமை உதவி ஆசிரியர்:
ப.சுப்ரமணி

தலைமை வடிவமைப்பு:
மா.முகமது இம்ரான்

இந்தப் புத்தகத்தின் எந்த ஒரு பகுதியையும் பதிப்பாளரின் எழுத்துபூர்வமான முன் அனுமதி பெறாமல் மறுபிரசுரம் செய்வதோ, அச்சு மற்றும் மின்னணு ஊடகங்களில் மறுபதிப்பு செய்வதோ காப்புரிமைச் சட்டப்படி தடை செய்யப்பட்டதாகும். புத்தக விமரிசனத்துக்கு மட்டும் இந்தப் புத்தகத்திலிருந்து மேற்கோள் காட்ட அனுமதிக்கப்படுகிறது.

விகடன் பிரசுரம்
757, அண்ணா சாலை, சென்னை-600 002.

மொபைல்: 80560 46940 / 95000 68144
Website: https://books.vikatan.com
e-mail: books@vikatan.com

பங்குச் சந்தையில் உங்கள் பங்கு!

“ஷேர் ரேட் சூப்பரா உயர்ந்திருக்கே, சபாஷ்!”

“அடக் கடவுளே! இன்னைக்கு ஷேர் இவ்ளோ இறங்கிடுச்சே..!”

- பஸ், ரயில் பிரயாணங்களில் இதுபோன்ற ‘டயலாக்’கை நீங்கள் அடிக்கடி கேட்டிருப்பீர்கள்.

‘இந்தியப் பொருளாதாரத்தை நிர்ணயிப்பதில் பெரும்பங்கு வகிக்கும் ‘ஷேர் மார்க்கெட்’டில் அப்படி என்னதான் இருக்கு..?’ என்ற கேள்விக்கு, உரிய பதிலைத் தேடுவோர் அநேகர்.

அதிக அளவில் முதலீடு செய்து இயங்கிவரும் ஸ்தாபனம் அல்லது புதிதாக தொடங்கப்பட இருக்கும் ஸ்தாபனம் வெளியிடும் முதலீட்டுப் பங்குகளை, லாப நோக்கில் வாங்குவதும் - விற்பதுமான வியாபார நடைமுறையை பங்குச் சந்தை (SHARE MARKET) என்கிறார்கள்.

பங்குச் சந்தையில் எந்த வகையான பங்குகளை வாங்கலாம், ஒரு பங்கை வாங்கும்முன் நாம் தெரிந்துகொள்ள வேண்டியவை, ஒரு பங்கு எந்த நிலையில் இருக்கும்போது வாங்க/விற்க வேண்டும், பங்குச் சந்தையில் ‘காளை’ மற்றும் ‘கரடி’ நிலைகளை அறியும் வழிமுறை, இதில் நிபுணராக நாம் மேற்கொள்ள வேண்டிய யுக்தி... போன்ற பல்வேறு தகவல்களை நடைமுறை உதாரணங்களோடு விளக்கியுள்ளார் நூலாசிரியர் சொக்கலிங்கம் பழனியப்பன்.

நாணயம் விகடனில் ‘பங்குச் சந்தை ஆத்திசூடி’ என்ற தலைப்பில் வெளிவந்த தகவல் தொகுப்புதான் இந்த நூல். ‘வீட்டுப் பாடம்’ என்ற தலைப்பில், பங்கு பரிவர்த்தனையில் ஈடுபடுவதற்கான சில பயிற்சி முறைகளை அத்தியாயம் தோறும் சொல்லி இருப்பது, இந்த நூலுக்கே உரிய தனிச்சிறப்பு.

மொத்தத்தில், சாமானிய மக்களும் ‘ஷேர் மார்க்கெட்’ தொடர்பான அடிப்படை அறிவைப் பெறவேண்டும் என்பதே இந்த நூலின் நோக்கம்.

– ஆசிரியர்

உங்கள் செல்வம் நாட்டின் செல்வம்!

2008... உலகப் பொருளாதார நெருக்கடியைத் தொடர்ந்து நாணயம் விகடனில் அவ்வப்போது முதலீடு சார்ந்த பல கட்டுரைகளை எழுதி வந்தேன். 'இனி ஒரு நிதி செய்வோம்' என்ற தலைப்பில் குடும்ப நிதி ஆலோசனையை ஒரு வருட காலத்துக்குத் தந்து வந்தேன். அது முடிவுற்ற தருவாயில் பங்குச் சந்தை பற்றிய தொடர் கட்டுரை எழுத வேண்டுமென நாணயம் விகடன் ஆசிரியர் குழுவினர் அழைத்தார்கள்.

'பங்குச் சந்தை பற்றி நிறைய எழுதிய பிறகும் அது குறித்த சந்தேகங்கள் வாசகர்களுக்குத் தீர்ந்தபாடில்லை. எப்போது பங்குகளை வாங்குவது, எப்போது விற்பது, எவ்வாறு பங்குகளை மதிப்பிடுவது, பங்குகளில் எந்த கால அளவுக்கு முதலீடு செய்வது, எவ்வாறு பங்குகளை தேர்ந்தெடுப்பது, பணத்தை கடனாக வாங்கி பங்குகளை வாங்கலாமா... இப்படி பலப்பல கேள்விகள் வந்துகொண்டே இருக்கின்றன. இவற்றையெல்லாம் நிவர்த்தி செய்யும் வகையில், பாமரனும் புரிந்துகொள்ளும் அளவில் ஒரு தொடர் எழுதினால் நன்றாக இருக்கும்' என்று விரும்பினார்கள்.

நான் அதுவரை தொடர் எழுதியதில்லை. எனவே, 'தனித்தனி கட்டுரைகளாக எழுதலாம்' என்றேன். ஆனால், நாணயம் ஆசிரியர் குழுவினர், 'இது தொடராக வந்தால்தான் வாசகர் மத்தியில் நல்ல வரவேற்பை ஏற்படுத்தும்' என்றனர்.

இந்தத் தொடர் ஆரம்பம் ஆனபோதுதான் நாணயம் விகடனும் வாரம் ஒரு முறை என மாறியது. ஆகவே வாரம் ஒரு முறை டெலிவரி என்பதும் புதிய சேலஞ்ச். ஞாயிற்றுக்கிழமைகளில் காலையில் எழுந்து கணினி முன் அமர்ந்துவிடுவேன். ஆரம்பத்தில் சிரமமாக இருந்தாலும், போகப் போகப் பழகிவிட்டது.

வளர்ந்த நாடுகளை ஒப்பிடும்போது இந்தியர்கள் பங்குச் சந்தையில் முதலீடு செய்யும் சதவிகிதம் மிகமிகக் குறைவு. இந்தியாவிலும் தமிழர்களின் பங்கு மிகமிகக் குறைவு. மக்களின் சேமிப்பைப் பற்றி ஆராயும் நமது ரிசர்வ் வங்கியின் குறிப்பு ஒன்று, 'இந்தியர்கள் தங்களது சேமிப்பில் பங்குச் சந்தையில் முதலீடு செய்வது 6 சதவிகிதத்துக்குக் கொஞ்சம் அதிகம்' என்று கூறுகிறது. மீதி சேமிப்புகள் அனைத்தும் வங்கி டெபாஸிட்டுகளிலும், அஞ்சலகத்திலும், இன்சூரன்ஸ் திட்டங்களிலும், இன்னும் சிலர் பணமாகவும் வைத்துள்ளதாக அந்த அறிக்கை கூறுகிறது. நம் நாடு, வளர்ந்த பொருளாதார நாடாக ஆக வேண்டுமெனில், நம் பங்குச் சந்தையில் அதிகமாக முதலீடு செய்ய வேண்டும்.

பங்குச் சந்தை முதலீடு என்பது, ரிஸ்க் நிறைந்ததுதான். ஆனால், அதே அளவுக்கு வருமானத்தையும் தரக்கூடியது. அந்த முதலீட்டில் உள்ள ரிஸ்க்கை, அறிந்து ஆராய்ந்து செய்வதன் மூலம் குறைத்துக் கொள்ளலாம்.

இந்த நூலின் பெயரே 'பங்குச் சந்தை ஆத்திசூடி' (SHARE MARKET - A to Z) என்பதுதான். பங்குச் சந்தையை அடிப்படையில் இருந்து, அது எவ்வாறு உருவானது, அதன் நன்மைகள் என்ன, பங்குகளை வாங்க என்னென்ன தேவை, புரோக்கரேஜ் எவ்வளவு ஆகும், பங்குகளை வாங்கும்போது ஏற்படும் பிரச்னைகளை எவ்வாறு சரி செய்வது, பங்குச் சந்தையில் உபயோகிக்கும் டெர்மினாலஜீஸ் என்னென்ன, பங்குச் சந்தையில் என்னென்ன வியாபாரமாகிறது, குறியீடுகள் பற்றிய விவரங்கள்... போன்ற அனைத்தையும் இந்த நூலில் எழுதியுள்ளேன்.

மேலும், ஒரு பங்கை மதிப்பிட உதவும் அளவுகோல்கள் பற்றியும், பங்குச் சந்தையின் ஏற்ற-இறக்கத்தைப் பற்றியும், அதை எவ்வாறு சமாளிப்பது என்பது பற்றியும், ஒரு நிறுவனத்தை/பங்கை எவ்வாறு மதிப்பிடுவது என்பது பற்றியும், வெவ்வேறு முதலீட்டு யுக்திகள் பற்றியும் இந்த நூலில் விவரங்கள் உள்ளன. பங்குச் சந்தையில் புதிதாக நுழைபவர்களுக்கும், ஏற்கெனவே முதலீடு செய்திருப்பவர்களுக்கும், கல்லூரி மாணவர்கள் மற்றும் இல்லத்தரசிகள் என அனைவருக்கும் பயன்படும் வகையில் இந்த நூலை உருவாக்கி இருக்கிறேன்.

நீங்கள் இதைப் படித்துவிட்டு, பங்குச் சந்தையில் முதலீடு செய்து, உங்களின் செல்வத்தை உயர்த்துவதன் மூலம் நாட்டின் செல்வத்தையும் உயர்த்துவீர்களேயானால், எனக்கு மட்டற்ற மகிழ்ச்சி.

இந்தக் கட்டுரைகளை எழுதும்போதும், பிற நாட்களிலும் எனக்கு ஒத்துழைப்பும் உதவியும் செய்த/செய்கின்ற எனது மனைவி மீனாட்சிக்கும், எனது புதல்வர்கள் சித்தார்த் பழனியப்பன் மற்றும் வள்ளிநாயகத்துக்கும் எனது நன்றிகள். எப்போதும் என் நலன் கருதும் மூன்று சகோதரர்களுக்கும், இரு சகோதரிகளுக்கும் என் நன்றிகள்.

எனது எழுத்துகள் புத்தக வடிவில் வருவது இதுவே முதல் முறை.

உங்களது எண்ணங்களை, கீழே உள்ள எனது முகவரிக்கோ அல்லது இ-மெயில் மூலமாகவோ எழுதி அனுப்புங்கள்.

அன்புடன்,

சொக்கலிங்கம் பழனியப்பன்

CHOKKALINGAM PALANIAPPAN,
Prakala Wealth Management Pvt. Ltd.,
2 / 102, Third Street (First Floor),
Karpagam Avenue, R.A. Puram,
Chennai - 600 028.

e-mail: chokku@gmail.com

இந்த நூல்...

இதுவரை எனது செயல்கள் ஒவ்வொன்றுக்கும்
ஊக்கம் கொடுத்த,

எனது தாயார் மீனாட்சி அவர்களுக்கும்,

எனது தகப்பனார் பழனியப்பன் அவர்களுக்கும்...

அறிமுகம்

சில மாதங்களுக்கு முன்பு என்னைத் தேடி இளைஞர் ஒருவர் வந்தார்... "சார், முதலில் எனக்கு ஒன்றை விளக்குங்கள்... ஷேர் மார்க்கெட் எப்படிப்பட்டது? என்னுடைய அப்பாவோ, 'எக்காரணம் கொண்டும் அதில் மட்டும் பணத்தைப் போட்டுவிடாதே. அது குதிரை ரேஸ் மாதிரியானது. சுத்தமான சூதாட்டம்! கையில் பணம் இருந்தால் பேசாமல் பேங்கிலோ போஸ்ட் ஆபீஸிலோ போட்டுவை' என்கிறார். ஆனால் என் நண்பர்களோ, 'ஷேர்ல போட்டாதான் சூப்பர் லாபம் கிடைக்கும்' என்கிறார்கள். உண்மையில் ஷேர் மார்க்கெட் முதலீடு சரியா, தப்பா?" என்று கேட்டார். இவரைப் போலவே பலரும் இருப்பதைத் தெளிவாக உணர்கிறேன்.

ஒருமுறை, பன்னாட்டு நிறுவனம் ஒன்றில் வேலை பார்க்கும் ஒருவர், முதலீட்டு ஆலோசனைக்காக என்னை சந்தித்துவிட்டுச் சென்றார். சரியாக இரண்டு மாதங்கள் கழித்து அவரிடமிருந்து எனக்கு இமெயில் ஒன்று வந்தது. அதிலிருந்த வாசகங்கள் இதுதான்: 'இப்போது வேலை பார்க்கும் கம்பெனியில் எனக்கு வேலை போய்விடும்போல் உள்ளது. வேறு வேலை கிடைக்க சிறிது காலமாகும். அதுவரை குடும்பச் செலவுகளுக்கு பணம் தேவை. என் நண்பர் ஒருவர் ஷேர் மார்க்கெட்டில் தினசரி வர்த்தகம் செய்வதன் மூலம், ஈஸியாக மாதத்துக்கு ஒரு லட்ச ரூபாய்

சம்பாதிக்கலாம் என்று கூறுகிறார். ஆகவே நான் உங்கள் நிறுவனம் மூலம் அக்கவுன்ட் ஆரம்பிக்க விரும்புகிறேன். எனக்கு உதவி செய்ய முடியுமா?" - இந்த மெயிலைப் பார்த்ததும் ஆடிப்போனேன். மெத்தப் படித்தவர்களே இப்படி நினைக்கிறார்கள் என்றால், சாதாரண மனிதர்களின் நிலையை நினைத்துப் பார்க்கவே கலக்கமாக இருந்தது. அவருக்கு என்ன பதில் சொன்னேன் என்பதை, வரும் அத்தியாயங்களில் சொல்கிறேன்.

மூன்று மாதங்களுக்கு முன்பு, குமரி மாவட்டத்திலிருந்து 70 வயதான ஒருவர் எனது பெயரையும், நிறுவன முகவரியையும் ஒரு காகிதத்தில் குறித்துக் கொண்டு காலை 11 மணி வாக்கில் என் அலுவலகத்துக்கு வந்தார். தன்னிடம் சில ஆயிரம் ரூபாய்கள் உள்ளது என்றும், அதைப் பங்கு வர்த்தகத்தில் முதலீடு செய்ய வேண்டும் என்றும் சொன்னார். வந்தவரை உட்கார வைத்து, பங்குச் சந்தை பற்றி பக்குவமாக எடுத்துச் சொல்லி புரிய வைத்தேன்.

பங்குச் சந்தையின் அடிப்படை பற்றி தெரியாத பலரும், 'சார், எனக்கு 'டே டிரேடிங் டிப்ஸ்' தர முடியுமா?' என்று கேட்கிறார்கள். 'டெக்னிக்கல் அனலிஸிஸ் சொல்லித்தாங்க' என்றுகூட சிலர் மிரட்டுகிறார்கள்!

சில தினங்களுக்கு முன்பு, மெட்ராஸ் ஸ்டாக் எக்ஸ்சேஞ்சில் மாதந்தோறும் நடக்கும் 'முதலீட்டாளர்கள் விழிப்பு உணர்வு கூட்ட'த்தில் பேச என்னை அழைத்திருந்தார்கள். பேச்சு முடிந்ததும் கேள்வி நேரம் தொடங்கியது.

"என்னிடம் தங்க நகைகள் உள்ளது. வங்கியில் அடகு வைத்தால் ஆண்டுக்கு 12% வட்டிக்கு தொகை கிடைக்கும். அந்தப் பணத்தை எடுத்து பங்குச் சந்தையில் முதலீடு செய்தால் எப்படியும் ஆண்டுக்கு 24% கிடைத்துவிடும். நான் அதைச் செய்யலாமா?" என்று முதலீட்டாளர் ஒருவர் கேட்டார். இந்தக் கேள்வியை என்னிடம் கேட்ட நூறாவது நபர் இவர்!

இதுமாதிரி பங்குச் சந்தை குறித்து நூற்றுக்கணக்கான கேள்விகள் உங்கள் மனதிலும் ஓடிக்கொண்டிருக்கும். அவை அனைத்தையும் ஒட்டுமொத்தமாக தெளிவுபடுத்தவே இந்த நூல்.

உங்கள் வீட்டில் இன்டர்நெட் இணைப்பு இருப்பின், நேரம் கிடைக்கும்போது கீழ்க்காணும் இரண்டு இணையதளங்களுக்குச் சென்று பாருங்கள்.

<http://www.nseindia.com/>

<http://www.bseindia.com/>

1

பங்கு உருவான கதை!

நிறைய பேர்களுக்கு ஷேர் மார்க்கெட்டில் இறங்க வேண்டும் என்ற ஆசை இருந்தாலும்கூட, அது புரிந்துகொள்வதற்கு கஷ்டமான விஷயம் என்று நினைத்து ஒதுங்கிவிடுகிறார்கள். இது தவறான எண்ணம்! உண்மையில், பள்ளி மாணவன் ஒருவனால்கூட பங்குச் சந்தை பற்றி எந்தக் குழப்பமும் இல்லாமல் எளிதாகப் புரிந்துகொள்ள முடியும்!

நம்முடைய ஊர்களில் இருக்கும் காய்கறி மார்க்கெட் போன்றதுதான் இந்தப் 'பங்குச் சந்தை'யும். காய்கறி மார்க்கெட்டில் காய்கறிகளை விற்பனை செய்வார்கள். பங்குச் சந்தையில் கம்பெனிகளின் பங்குகளை விற்பனை செய்வார்கள். காய்கறி மார்க்கெட்டில், 'அரைக் கிலோ கத்திரிக்காய் போடுங்க' என்று கேட்கிற மாதிரி, 'அசோக் லேலண்டு பங்கு 100 கொடுங்க; இந்தியன் பேங்க் பங்கு 100 கொடுங்க' என்று வாங்கலாம். பங்குச் சந்தையில் இன்னொரு வசதி, வாங்கிய பங்குகள்

வேண்டாம் என்று நினைத்தால் உடனே விற்கவும் செய்யலாம்!

முன்பெல்லாம் காய்கறி வாங்க வேண்டுமென்றால் நாம்தான் கடைக்குப் போக வேண்டும். ஆனால் இப்போது, (பெரிய நகரங்களில்) ஒரு போன் செய்தாலே நாம் கேட்கும் காய்கறிகளை நம் வீட்டுக்கே கொண்டுவந்து கொடுத்து விடுகிறார்கள். அது மாதிரிதான், முன்பெல்லாம் பங்குச் சந்தைக்கு நேரடியாகப் போய்த்தான் பங்குகளை வாங்க வேண்டும் அல்லது விற்க வேண்டும். ஆனால் இப்போது, நாம் எங்கும் அலைய வேண்டியதில்லை. வீட்டில் இருந்தபடியே பங்குச் சந்தை புரோக்கருக்கு ஒரு போன் செய்தால் போதும்; நமக்குத் தேவையான பங்கை வாங்கித் தந்துவிடுவார் அல்லது விற்றுக் கொடுத்துவிடுவார்.

பங்குச் சந்தையைப் பற்றி மேலும் அறிந்துகொள்வதற்கு முன்பாக, ஷேர் அல்லது பங்கு என்றால் என்ன? என்பதை முதலில் தெளிவாகத் தெரிந்துகொள்ள வேண்டும்.

நீங்கள், ஜுவல்லரி கடை நடத்தும் ஒரு பிஸினஸ்மேன் என்று வைத்துக் கொள்ளுங்கள். உங்களுக்கு நான்கைந்து ஊர்களில் நகைக்கடை இருக்கிறது. கடந்த பல வருடங்களாக அவை லாபகரமாகவே நடந்து வருகிறது. தரம், வாடிக்கையாளர் சேவை, குறைந்த விலை போன்றவற்றால் உங்கள் தொழிலுக்கு இன்னும் நல்ல வாய்ப்பு உள்ளது என்று தெரிகிறது. இந்த நிலையில் பிஸினஸை டெவலப் செய்தால் இன்னும் பெரிய லெவலுக்குப் போய்விடலாம் என்று நினைக்கிறீர்கள். ஆனால், தொழிலை விரிவுபடுத்த நிறைய பணம் தேவைப்படுகிறது. கையில் அவ்வளவு பணம் இல்லை. கடன் வாங்கி இறங்கவும் உங்களுக்கு விருப்பமில்லை... இதுபோன்ற நிலையில் என்ன செய்வது? ஒன்று செய்யலாம்... யாராவது ஒருவரையோ அல்லது ஒருசிலரையோ உங்கள் தொழிலில் பார்ட்னர்களாகச் சேர்த்துக்கொண்டு இறங்கலாம். ஆனால், ஒருவரையோ அல்லது ஒருசிலரையோ பார்ட்னர்களாகக் வைத்துக் கொள்வதைவிட , பல பேர்களை பார்ட்னர்களாகச் சேர்த்துக்கொள்வதுதான் புத்திசாலித்தனம்.

எப்படி என்கிறீர்களா? யாராவது ஒருவரிடம் அதிகப் பங்குகள் இருந்தால் பின்னாளில் அவர்கள் உங்களுக்கு சிக்கல்களை ஏற்படுத்தலாம். ஒருவேளை, நீங்கள் அந்தத் தொழிலை விட்டே வெளியேற வேண்டிய நிலைகூட

ஏற்படலாம். அதுவே ஆளுக்குக் கொஞ்சமாக நிறைய பேர்கள் பங்குகளை வைத்திருந்தால் அவர்களால் உங்களுடைய தொழிலுக்கு பெரிய அளவில் சிக்கல்கள் ஏற்படாது. இதுபோல் இன்னும் பல சௌகரியங்கள் இதில் உள்ளன. (அதற்காக அசௌகரியங்களே இல்லாமல் போய்விடுமா என்ன! அதை பிற்பாடு பார்ப்போம்!)

சரி, நீங்கள் தொழிலை விரிவுபடுத்த 'பங்கு முதல்'* (Capital) திரட்டுவது என்று முடிவு செய்துவிட்டீர்கள். தற்போது உங்கள் தொழிலில் உள்ள பங்கு முதல், ரூபாய் 8 கோடி (10 ரூபாய் முகமதிப்பு* கொண்ட 80 லட்சம் பங்குகளாக இருக்கிறது)

---

* ஒரு நிறுவனத்தில் அதனை தொடங்கி நடத்தும் நிறுவனர்கள் (Promoters) போட்டுத் தொடங்கிய முதலீடு 'பங்கு முதல்' (Equity Capital) எனப்படும்.

* ஒரு பங்கின் முகமதிப்பு என்பது, ஒரு பங்கின் மூலம் பங்கு மூலதனத்துக்கு போய் சேரும் தொகையை குறிக்கும். இந்த மதிப்புக்குதான் டிவிடெண்ட் வழங்கப்படும்.

> **வீட்டுப் பாடம்:**
>
> கீழே கொடுக்கப்பட்டுள்ள ஐந்து நிறுவனப் பங்குகளின் முகமதிப்பு என்ன என்பதை, http://www.nseindia.com/, http://www.bseindia.com/ என்ற வெப்சைட்டுகளில் பார்க்கவும். நீங்கள் பார்க்கும் தினத்தன்று, முகமதிப்புக்கு மேல் பிரீமியம் எவ்வளவு என்பதையும் பார்க்கவும்.
> 1. ஐ.சி.ஐ.சி.ஐ. வங்கி
> 2. ஓ.என்.ஜி.சி.
> 3. பி.ஹெச்.இ.எல்.
> 4. மாருதி சுஸுகி
> 5. ரிலையன்ஸ் இண்டஸ்ட்ரிஸ்

என்று வைத்துக் கொள்வோம். மேலும், சில நகரங்களில் கடை ஆரம்பிக்க இன்னும் நாற்பது கோடி தேவைப்படுகிறது. நீங்கள் உங்களது 80 லட்சம் பங்குகளை அப்படியே வைத்துக்கொண்டு, உங்கள் நிறுவனத்தில் புதிதாக ரூபாய் 10 முகமதிப்புள்ள, 20 லட்சம் பங்குகளை சந்தையில் சென்று விற்கிறீர்கள். நீங்கள் இவ்வளவு நாள் தொழிலில் வெற்றிகரமாக இருந்ததால், பத்து ரூபாய் பங்கை 200 ரூபாய்க்கு விற்கிறீர்கள். அதாவது, ஒரு பங்குக்கு ரூபாய் 190-ஐ பிரீமியமாக வைத்து விற்கிறீர்கள்!

'இதென்ன கதை? பத்து ரூபாய் பங்கை இருநூறு ரூபாய் கொடுத்து யாராவது வாங்குவார்களா?' என்று நீங்கள் கேட்கலாம்.

சாதாரண ஓட்டலில் இரண்டு இட்லி 8 ரூபாய். இரண்டு தெரு தாண்டிப் போனால் அந்தப் பெரிய ஓட்டலில் இரண்டு இட்லி 14 ரூபாய். 'அதே இட்லிதானே! எதற்கு 6 ரூபாய் அதிகம் கொடுக்க வேண்டும்' என்று நாம் கேட்பதில்லையே! காரணம், அந்த 6 ரூபாய்தான் அந்த ஓட்டலுக்கு நாம் கொடுக்கும் பிரீமியம்! அந்த ஓட்டலில் நாம் இட்லி சாப்பிட வேண்டும் என்றால், அந்த விலையைக் கொடுத்துத்தான் ஆக வேண்டும். இந்த பிரீமியத்தை எவ்வாறு கணக்கிடுகிறார்கள் என்பதை பின்வரும் அத்தியாயங்களில் விளக்கமாகப் பார்ப்போம்.

இப்போதைக்கு, லாபகரமாக நடந்து கொண்டிருக்கும் ஒரு கடையை நீங்கள் விற்றால், குட்வில் அல்லது நிந்தம் என்பதை

எதிர்பார்ப்பீர்கள் அல்லவா? அதுபோலத்தான் இந்த 190 ரூபாய் பிரீமியமும் என்பதைத் தெரிந்துகொண்டால் போதும்.

ஆக, இப்போது உங்கள் நிறுவனத்தில் மொத்தம் ஒரு கோடி (ஏற்கெனவே உங்களிடம் இருந்த பங்குகள் 80 லட்சம் + புதிதாக நீங்கள் விற்ற 20 லட்சம் பங்குகள்) பங்குகள் உள்ளன. பொதுமக்களிடம் இந்தப் பங்குகளை விற்றதால், நீங்கள் உங்களது நிறுவனப் பங்குகளை பங்குச் சந்தையில் (பி.எஸ்.இ./ என்.எஸ்.இ* போன்ற சந்தையில்) சென்று லிஸ்ட் செய்ய வேண்டும். இந்த முறையால் யார் வேண்டுமானாலும் உங்களது நிறுவனப் பங்குகளை வாங்கலாம் அல்லது விற்கலாம். இதுதான் ஷேர் அல்லது பங்கு உருவாகும் கதை.

* பி.எஸ்.இ. - பாம்பே ஸ்டாக் எக்ஸ்சேஞ்ச் / என்.எஸ்.இ. - நேஷனல் ஸ்டாக் எக்ஸ்சேஞ்ச்

2

பங்குச் சந்தையின் பிறப்பிடம்!

ஒரு பங்கு எப்படி உருவாகிறது என்பதை கடந்த அத்தியாயத்தில் பார்த்தோம். இனி, அதை வாங்க/விற்க ஓர் இடம் வேண்டும் அல்லவா?

பதினோராம் நூற்றாண்டில் கெய்ரோவில் (எகிப்து நாட்டின் தற்போதைய தலைநகர்) யூத மற்றும் முகலாய வியாபாரிகள் இடையே இருந்த கொடுக்கல்-வாங்கல்தான் பங்குச் சந்தையின் ரிஷிமூலம் என்கிறார்கள். ஆனால் பெரும்பாலான தகவல்கள், பங்குச் சந்தையின் தொடக்கத்தை பன்னிரண்டாம் நூற்றாண்டு ஃபிரான்ஸ் நாட்டை சுட்டிக் காட்டுகின்றன. அந்த சமயத்தில், வங்கிகள், விவசாயிகளுக்கு கடன் கொடுத்ததை முறைப்படுத்துவதற்காக கமிஷன் அடிப்படையில் சிலரை வேலைக்கு அமர்த்தின. இவர்கள் 'புரோக்கர்கள்' என்று அழைக்கப்பட்டனர். புரோக்கரேஜ் பிசினஸ் இப்படித்தான் ஆரம்பமானது!

1309-ல் பெல்ஜியம் நாட்டில் வசித்த 'வேன் டெர் பியூர்ஸ்' என்பவரின் வீட்டில் அவ்வப்போது அந்த நகரத்தில் உள்ள வியாபாரிகள் கூடினார்கள். இந்தச் செய்தி, அண்டை நாடுகள் பலவற்றுக்கும் விறுவிறுவென பரவ ஆரம்பித்து. பல இடங்களிலும் வியாபாரத்துக்காக இது மாதிரியான கூட்டங்கள் நடக்க ஆரம்பித்தன. பதின்மூன்றாம் நூற்றாண்டின் மத்தியில், வெனீஸ் நாட்டில் வங்கி நடத்துபவர்கள் அரசாங்கக் கடன் பத்திரங்களை வாங்கி - விற்கத் தொடங்கினர். பதினான்காம் நூற்றாண்டில், அரசாங்கக் கடன் பத்திரங்களை வாங்கி - விற்பது இத்தாலியின் மற்ற நகரங்களுக்கும் பரவ ஆரம்பித்தது.

பிறகு டச் நாட்டினர் 'ஜாயின்ட் ஸ்டாக்' கம்பெனியை அறிமுகப்படுத்தினர். இதுபோன்ற கம்பெனிகளில், பங்குதாரர்கள் முதலீடு செய்த அளவுக்கு லாபத்தையோ, நஷ்டத்தையோ ஏற்றுக்கொண்டனர். 1602-ல் டச் கிழக்கிந்திய கம்பெனி 'ஆம்ஸ்டர்டாம் ஸ்டாக் எக்ஸ்சேஞ்'சில் தனது முதல் பங்குகளை வெளியிட்டது. இதுவே, பங்குகள் மற்றும் கடன் பத்திரங்களை முதன்முதலில் அறிமுகம் செய்தது.

இந்த ஆம்ஸ்டர்டாம் ஸ்டாக் எக்ஸ்சேஞ்தான் முதன்முதலில் 17-ம் நூற்றாண்டில், தொடர்ந்து டிரேடிங் செய்வதையும் அறிமுகப்படுத்தியதாகக் கூறப்படுகிறது. டச் நாட்டினர்தான் ஆப்ஷன்ஸ் டிரேடிங், ஷார்ட் செல்லிங் போன்ற பலவிதமான

வீட்டுப் பாடம்!

உலகில் இருக்கும் பல்வேறு பங்குச் சந்தைகளில் குறைந்தது பத்தையாவது இணையதளத்தில் சென்று தேடிப் படியுங்கள்.

இன்றைய டிரேடிங் முறைகளுக்கும், குறிப்பாக பங்குச் சந்தைக்கும் முன்னோடியாக இருந்தார்கள். இப்படி உருவான பங்குச் சந்தை, இன்று எல்லா நாடுகளுக்கும் பரவி, பங்குச் சந்தை இல்லாத நாடுகளே உலகத்தில் இல்லை என்கிற அளவுக்கு வந்துவிட்டது.

அது சரி, உலகத்தை பற்றியெல்லாம் பேசிவிட்டீர்கள்; நமது நாட்டில் பங்குச் சந்தை எப்படி உருவானது என்று கேட்கிறீர்களா?

ஆசியா கண்டத்திலேயே மிகவும் பழமை வாய்ந்தது நமது பங்குச் சந்தைதான். 1850-களில் மும்பையில் தற்போதைய ஹார்னிமன் சர்க்கிள் இருக்கும் இடத்தில் இருந்த டவுன் ஹால் முன்பு இயற்கையின் வடிவாகிய ஆல மரத்தின் அடியில் ஆரம்பமானதுதான் நமது பங்குச் சந்தை. அந்த மர நிழலில் கூடி தங்களது டிரேடிங்கை தொடங்கினார்கள் நமது புரோக்கர்கள். சில ஆண்டுகள் கழித்து இன்றைய மும்பை மகாத்மா காந்தி ரோட்டில் இருந்த ஆல மரத்தின் அடியில் தங்களது டிரேடிங் தளத்தை மாற்றினர். புரோக்கர்களின் எண்ணிக்கை அதிகமாக அதிகமாக ஒவ்வோர் இடமாக மாற்றிக் கொண்டிருந்தனர்.

1874-ம் ஆண்டில் நிரந்தரமான ஓர் இடத்தை அடைந்தனர். அதுதான் இன்றைய 'தலால் ஸ்ட்ரீட்' (புரோக்கர் வீதி). 'தி ஸ்டாக் எக்ஸ்சேஞ்ச், பாம்பே' என்று அழைக்கப்பட்டு வந்த இந்த சந்தை, 2002-ல் 'பாம்பே ஸ்டாக் எக்ஸ்சேஞ்ச்' என்று பெயர் மாற்றம் செய்யப்பட்டது. 2005-ல் கம்பெனியாக மாற்றப்பட்டது. 1994-ல் தேசிய பங்குச் சந்தை (என்.எஸ்.இ.) வந்தது. இதையடுத்து இன்று இரு பெரும் பங்குச் சந்தைகள் இருக்கின்றன.

உலகத்திலேயே மிகப் பெரிய பங்குச் சந்தை நியூயார்க் பங்குச் சந்தைதான். இரண்டாவது பெரிய பங்குச் சந்தையும் (நாஸ்டக் பங்குச் சந்தை) அமெரிக்காவில்தான் உள்ளது.

3

பங்கு பரிவர்த்தனை – ஒரு பார்வை!

பங்கு பற்றியும், அதை வாங்குவதற்கும் விற்பதற்குமான எக்ஸ்சேஞ்சுகள் பற்றியும் இப்போது நீங்கள் தெளிவாகி இருப்பீர்கள். இனி, பங்குச் சந்தையில் என்னென்ன விஷயங்கள் பரிவர்த்தனை ஆகின்றன என்பதைப் பார்க்கலாம்.

கம்ப்யூட்டரினால் நம் ஒவ்வொருவரின் வாழ்க்கையும் பெரிய அளவில் மாற்றம் கண்டிருப்பதுபோல, பங்குச் சந்தையும் மாறி இருக்கிறது. முன்பெல்லாம் ஒரு பங்கை வாங்கவோ அல்லது விற்கவோ வேண்டுமெனில், பங்குச் சந்தைக்கே போனால்தான் உண்டு. இப்போது அப்படியில்லை; நம் வீட்டில் இருந்தபடியே எவ்வளவு பங்கை வேண்டுமானாலும் வாங்கலாம்; விற்கலாம். எல்லாம் கம்ப்யூட்டரின் கைங்கர்யம்!

கம்ப்யூட்டர் மூலம் பங்கு பரிவர்த்தனை நடப்பதால், ஏதாவது மோசடி நடந்துவிடுமோ என்கிற பயமும் தேவையில்லை. ஒரு பங்கு

ஷேர் மார்க்கெட் - A to Z

வாங்கப்படும்போது, அந்தப் பங்கை என்ன விலையில், யார் வாங்குகிறார்கள்? எந்த நொடியில் வாங்குகிறார்கள் என்கிற அளவுக்கு துல்லியமான தகவல்கள் நமக்குக் கிடைத்துவிடும். எனவே, எந்த ஜித்தனாலும் சிறு மோசடியைக்கூட செய்ய முடியாது. அதுமட்டுமல்ல, அரை நொடிப் பொழுதில், உங்களுக்குத் தேவையான பங்குகளை வாங்கவோ/ விற்கவோ முடியும். இன்று, கிராமத்தில் உள்ள சாதாரண மனிதனும் பங்குச் சந்தையில் பணத்தை முதலீடு செய்ய முடிகிறதென்றால் அதற்கு ஒரே காரணம், கம்ப்யூட்டர்தான்.

பங்குச் சந்தையில் கம்ப்யூட்டர் உள்ளே புகுந்ததால் விளைந்த ஒரே ஒரு பாதிப்பு, பிராந்திய சந்தைகளின் மவுசு குறைந்ததுதான். கொல்கத்தா ஸ்டாக் எக்ஸ்சேஞ்ச், டெல்லி ஸ்டாக் எக்ஸ்சேஞ்ச் போன்றவை, ஒரு காலத்தில் கொடிகட்டிப் பறந்தன. ஆனால் இன்றோ, முழுக்க முழுக்க கம்ப்யூட்டர் மூலம் பங்கு பரிவர்த்தனை செய்யும் வசதி இல்லாததால் என்.எஸ்.இ-யுடன் கூட்டணி அமைத்துச் செயல்படுகின்றன.

சரி, பங்குச் சந்தையில் என்னென்ன விற்கப்படுகிறது அல்லது வாங்கப்படுகிறது?

பங்குச் சந்தை என்றாலே அங்கே பங்கு மட்டுமே விற்கப்படுவதாக (அல்லது வாங்கப்படுவதாக) நம்மில் பலரும்

வீட்டுப் பாடம்!

இன்ஃபோசிஸ், ரிலையன்ஸ், ஏர்டெல், டாடா ஸ்டீல், ஐ.டி.சி. மேற்சொன்ன இந்த ஐந்து பங்குகளும் திங்கள் முதல் வெள்ளி வரையிலான ஐந்து நாட்களின் முடிவின்போது, என்ன விலையில் முடிகிறது என்பதைக் கவனித்து உங்கள் டைரியில் குறித்து வையுங்கள்.

விகடன் பிரசுரம்

நினைக்கிறோம். இது தவறு. பங்குச் சந்தையில், நிறுவனங்களின் பங்குகள் வர்த்தகமாகின்றன. அதுதவிர, வேறு சிலவும் வர்த்தகமாகின்றன. அவை:

1. கடன் பத்திரங்கள் (அரசாங்கம் மற்றும் தனியார்)
2. மியூச்சுவல் ஃபண்டு திட்டங்கள்
3. இ.டி.எஃப்-கள் (தங்கம் உட்பட)
4. எஃப் அண்ட் ஓ
5. கரன்ஸி

எக்ஸ்சேஞ்ச் டேட்டா

பி.எஸ்.இ-யில் லிஸ்ட் ஆகியுள்ள மொத்த கம்பெனிகளின் எண்ணிக்கை 4,900-த்துக்கும் மேல். உலகத்திலேயே மிக அதிகமான நிறுவனங்கள் லிஸ்ட்டான எக்ஸ்சேஞ்ச் இதுதான். இந்த நிறுவனங்களின் மொத்த மார்க்கெட் மதிப்பு சுமார் 70,46,748 கோடிக்கும் மேல் (அக்டோபர் 2010 நிலவரப்படி).

என்.எஸ்.இ-யில் லிஸ்ட்டான மொத்த கம்பெனிகளின் எண்ணிக்கை 2,200க்கும் மேல். அவற்றின் மார்க்கெட் மதிப்பு சுமார் 68,94,911 கோடிக்கு மேல் (நவம்பர் 2010 நிலவரப்படி).

நம் நாட்டில் பல பிராந்திய எக்ஸ்சேஞ்சுகள் இருந்தாலும், தேசம் முழுக்கப் பரவியிருக்கிற எக்ஸ்சேஞ்சுகள் என்.எஸ்.இ-யும், பி.எஸ்.இ-யும் மட்டுமே. பெரிய நிறுவனங்களின் பங்குகள் இந்த இரண்டு பெரிய சந்தைகளிலும் வர்த்தகமாகின்றன. சில நடுத்தர மற்றும் சிறிய நிறுவனங்கள் பி.எஸ்.இ-யில் மட்டுமே லிஸ்ட் செய்யப்படுகிறது. அதிக நிறுவனங்கள் லிஸ்ட் ஆன எக்ஸ்சேஞ்ச் என்கிற பெருமை பி.எஸ்.இ-க்கும், தினசரி வர்த்தகம் அதிகமாக நடக்கும் எக்ஸ்சேஞ்ச் என்கிற பெருமை என்.எஸ்.இ-க்கும் உண்டு.

ஆனால், உலகத்தின் மிகப்பெரிய பொருளாதார நாடாக வளர்ந்து கொண்டிருக்கும் இந்தியாவுக்கு இரு எக்ஸ்சேஞ்ச் மட்டும் போதாது. இன்னும் நான்கைந்தாவது வேண்டும். சமீபத்தில், 'ஃபைனான்ஷியல் டெக்னாலஜீஸ்' என்ற நிறுவனம் இன்னுமொரு பங்குச் சந்தையை மிகப் பெரிய அளவிலும், அதிவேகமான தொழில்நுட்பத்துடனும் தொடங்க முயற்சி செய்து வருகிறது. விரைவில் அதற்கு செபியிடமிருந்து அனுமதி கிடைத்தாலும் ஆச்சரியப்படுவதற்கில்லை.

எல்லாம் சரி, நம் நாட்டில் பங்குச் சந்தையின் எதிர்காலம் எவ்வாறு இருக்கும் என்று கேட்கிறீர்களா?

கவலையே வேண்டாம்! அடுத்த பதினைந்து வருடங்களுக்கு வளர்ச்சி மிகவும் அபாரமாக இருக்கும். முதலீட்டாளர்கள் பெரும் அளவு சம்பாதிக்க வாய்ப்புள்ளது. வியாபாரங்களும், அதனால் லாபமும் உயர்வதால் பங்குகளின் மார்க்கெட் மதிப்பு உயரும். உலக அளவில் பெயர் சொல்லக்கூடிய பல பெரிய நிறுவனங்கள் இந்தியாவில் உருவாகும்.

பல நிறுவனங்கள் தங்கள் தொழில்களை விரிவுபடுத்த, தங்களது பங்குகளை சந்தையில் விற்கும். வெளிப்படைத்தன்மை இன்னும் அதிகரிக்கும். முதலீட்டாளர்களின் பாதுகாப்பு இன்னும் அதிகரிக்கும். சுருக்கமாகச் சொன்னால், இனி வரும் ஆண்டுகளில் பங்குச் சந்தையின் வளர்ச்சியும், அதனால் முதலீட்டாளர்களின் வளர்ச்சியும் ஒளிமயமாக இருக்கும் என்பதில் சந்தேகமே வேண்டாம்.

பங்குச் சந்தை முதலீடு எந்த அளவுக்கு பாதுகாப்பானது? என்ற இன்னொரு கேள்வி உங்களுக்குள் வரலாம்.

பங்குச் சந்தை என்பது, குதிரைப் பந்தயத்தில் கலந்துகொள்வது போன்ற சூதாட்டமல்ல. அது ஒரு வகையான முதலீடு. உங்கள்

பணத்தை நீண்ட காலத்துக்குப் போட்டுவிட்டு பொறுமையாகக் காத்திருக்க வேண்டிய முதலீடு. ஒரு வீடு வாங்குகிறோம். அதன் மதிப்பு என்ன என்று நாம் தினமும் கேட்பதில்லை. நம் வீட்டில் இருக்கும் தங்கத்தை இன்று விற்றால் எவ்வளவு பணம் கிடைக்கும் என தினமும் கணக்கு போட்டுப் பார்ப்பதில்லை. அது போலத்தான் நாம் பங்குச் சந்தையில் முதலீடு செய்யும் பணமும். அதன் மதிப்பை தினமும் பார்ப்பதால் நமக்கு டென்ஷன்தான் அதிகரிக்குமே ஒழிய, பங்கின் விலை ஏறிவிடாது.

வீடு, நிலம் போன்றவற்றில் முதலீடு செய்வதுபோல நீங்கள் பங்குச் சந்தையில் முதலீடு செய்யலாம். பங்குச் சந்தை முதலீடும் முழுக்க முழுக்க பாதுகாப்பானதே! நீங்கள் வீடு வாங்கும்போது சந்தை நிலவரம் எப்படி இருக்கிறது, நீங்கள் கொடுக்கும் பணத்துக்கு அந்த வீடு தகுதியானதா, இன்னும் குறைவான விலைக்கு வாங்க முடியுமா... என பல கோணங்களில் சிந்தித்து வாங்குவதுபோல், பங்குகளையும் பல விதங்களில் ஆராய்ந்து வாங்கினால் உங்களுக்கு இழப்பு வர வாய்ப்பு மிக மிகக் குறைவு.

ஆனாலும் பங்குச் சந்தையில் பலரும் ஏமாறக் காரணம், சரியான வழிகாட்டி இல்லாததுதான். அல்லது போதிய அனுபவம் இல்லாமல் தினசரி வர்த்தகத்தில் ஈடுபடுவதால்தான். இந்த இரண்டையும் நீக்கிவிட்டு, முறையான வழிகளைக் கையாண்டு முதலீடு செய்துவிட்டு பொறுமையாக இருந்தால், நீங்களும் ஒரு வெற்றிகரமான முதலீட்டாளர் ஆவது உறுதி.

4

டீமேட் அக்கவுன்ட் மற்றும் புரோக்கிங் அக்கவுன்ட்

முந்தைய அத்தியாயங்களில், பங்குச் சந்தை என்பது நீண்டகால முதலீடு என்பதையும்; பங்குச் சந்தையில் ஏன் ஈடுபட வேண்டும் என்பதையும் தெளிவாக விளக்கி இருந்தேன். இருப்பினும், நினைத்த மாத்திரத்தில் பங்குச் சந்தையில் குதித்துவிட முடியாது. ஒரு வங்கியில் பணம் சேமிப்பதற்கு முன்பு ஒரு கணக்கு தொடங்குவதுபோல், பங்குச் சந்தையில் இறங்குவதற்கு இரண்டு கணக்குகளைத் தொடங்க வேண்டும்.

டீமேட் அக்கவுன்ட் மற்றும் புரோக்கிங் அக்கவுன்ட் அல்லது டிரேடிங் அக்கவுன்ட் என்ற இரண்டுதான் அவை. பங்குகளை வாங்கி, விற்க இந்த இரண்டு வகையான அக்கவுன்ட்டுகளும் அவசியம் தேவை.

முந்தைய காலங்களில், ஒரு கம்பெனியின் பங்கை நாம் வாங்கினால் அதற்கு அடையாளமாக சர்ட்டிஃபிகேட் கொடுப்பார்கள். இந்த சர்ட்டிஃபிகேட்

கொடுப்பதில் பலவிதமான அசௌகரியங்கள் இருந்தன. அவை காகிதத்தில் அச்சிடப்பட்டவை என்பதால் பத்திரமாக வைத்திருக்க வேண்டும். இல்லாவிட்டால் கிழிந்துவிடும். தொலைந்துபோகவும் வாய்ப்புண்டு; தீயில் அழிந்துவிட வாய்ப்புண்டு. இதுபோன்ற பல அபாயங்கள் அதில் இருந்தன.

கணினி புழக்கத்துக்கு வந்தபிறகு இந்தக் காகித சர்ட்டிஃபிகேட்டை ஒழித்துக்கட்டிவிட்டு, எலெக்ட்ரானிக் முறையில் அதை டிஜிட்டலாக மாற்றிவிட்டார்கள். நீங்கள் வாங்கும் பங்குகளை உங்களுக்கென இருக்கும் அக்கவுன்ட்டில் வைத்திருக்கத்தான் இந்த டீமேட் கணக்கு. நீங்கள் வங்கியில் வைத்திருக்கும் சேமிப்புக் கணக்கைப் போலவோ அல்லது லாக்கர் போலவோ இந்தக் கணக்கை நினைத்துக் கொள்ளலாம்.

சரி, டிரேடிங் கணக்கு என்றால்..? அதுவும் சிம்பிளான விஷயம்தான். புரோக்கரிடம் நீங்கள் வைத்துள்ள டிரேடிங் கணக்கில் பணம் செலுத்தி பங்கை வாங்கவோ, விற்கவோ செய்வீர்கள். அவ்வாறு நீங்கள் வாங்கிய பங்குகள் உங்களது டீமேட் கணக்கில் வரவாகிவிடும். அதேபோல் நீங்கள் பங்குகளை விற்கும்போது உங்கள் டீமேட் கணக்கில் இருந்து விற்ற பங்குகளை கழித்துவிட்டு, அந்தப் பங்குகளை வாங்கியவர் கணக்குக்கு மாற்றப்படும்.

சரி, இந்த டீமேட் கணக்குகளை யார் பராமரிக்கிறார்கள்? என்.எஸ்.டி.எல். மற்றும் சி.டி.எஸ்.எல். (NSDL & CDSL) என்ற இரு நிறுவனங்கள்தான் இந்தியாவில் உள்ள அனைத்து டீமேட்

இனி தேவை டீமேட்!

இனிவரும் நாட்களில், 'டீமேட் கணக்கு' எல்லாவற்றுக்கும் இன்றியமையாத ஒன்றாக ஆகிவிடும் போலிருக்கிறது. காரணம், பங்குகள் முதல் இன்ஃப்ரா பாண்ட்ஸ் (Infrastructure Bonds), என்.சி.டி (NCD - Non-Convertible Debentures), தங்கம், (எதிர்காலத்தில் வெள்ளிகூட), அரசாங்கப் பத்திரங்கள், மியூச்சுவல் ஃபண்டுகள் போன்ற பலவும் டீமேட்டில் வந்துவிட்டன. இன்ஷூரன்ஸ் கட்டுப்பாட்டு வாரியம்கூட இன்ஷூரன்ஸ் பாலிசிகளுக்கு என தனியான டீமேட் கணக்கு கொண்டுவர யோசித்து வருகிறது. ஒருவர் ஒரு டீமேட் கணக்கு தொடங்கி அதை ஆண்டு தோறும் பராமரிக்க ரூபாய் 300 செலவாகும்.

கணக்குகளையும் பராமரித்து வருகின்றன. முதலீட்டாளர்களுக்கும், இந்த இரு நிறுவனங்களுக்கும் இடையில் டி.பி. (DP - Depository Participant) என்பவர் இருப்பார். இந்த டி.பி. பெரும்பாலும் உங்களது புரோக்கராகவே இருப்பார்.

இப்படி நாம் வாங்கும் பங்கு தொலைந்துபோக வாய்ப்புண்டா? என்று நீங்கள் கேட்கலாம். அதற்கு வாய்ப்பே இல்லை. ஒருவேளை நம் கணக்குக்கு வரவேண்டிய பங்குகள் வேறு ஒரு கணக்குக்கு தவறுதலாகப் போயிருந்தால், அதை எளிதாகக் கண்டுபிடித்துத் திரும்பப் பெறமுடியும். எனவே, கவலை வேண்டாம்.

இந்த புரோக்கிங் அக்கவுன்ட்டை யாரெல்லாம் திறக்கலாம்?

இந்தியப் பிரஜை (மைனர் உட்பட), கம்பெனிகள், பார்ட்னர்ஷிப் நிறுவனங்கள், டிரஸ்ட்டுகள், ஹிந்து கூட்டுக் குடும்பத்தினர் (ஹெச்.யூ.எஃப்.), இந்திய வம்சா வழியினர், வெளிநாடுவாழ் இந்தியர் மற்றும் எஃப்.ஐ.ஐ. என்று கூறப்படும் அந்நிய முதலீட்டாளர்கள் போன்ற அனைவரும் திறக்கலாம்.

இந்திய வம்சாவழியினர் மற்றும் வெளிநாடுவாழ் இந்தியர்கள் என்.ஆர்.இ. மற்றும் என்.ஆர்.ஓ. என்ற இருவிதமான கணக்குகளைத் திறக்கலாம்.

சரி, இந்த புரோக்கிங் அக்கவுன்ட்டைத் திறக்க என்னென்ன தேவை?

1. விண்ணப்பம் (இதில் ஐம்பதுக்கும் மேற்பட்ட இடங்களில் நீங்கள் கையெழுத்துப் போட வேண்டும்!)

2. பாஸ்போர்ட் சைஸ் புகைப்படங்கள் + நாமினி புகைப்படம்.

வீட்டுப் பாடம்!

என்.எஸ்.டி.எல். மற்றும் சி.டி.எஸ்.எல். ஆகிய இரண்டு நிறுவனங்களின் இணையதளங்களை விசிட் செய்யவும். மேலும், உங்களிடம் பான் கார்டு இல்லையெனில் உடனே விண்ணப்பிக்கவும். பான் கார்டு வாங்கினால் வரித் தாக்கல் செய்ய வேண்டியதிருக்கும் என்று பலர் நினைக்கிறார்கள். இது தவறு.

3. பான் கார்டு நகல்.

4. அட்ரஸ் புரூஃப்.

5. வங்கிக் கணக்கு.

6. கணக்கு திறப்பதற்கான கட்டணம்.

மேற்சொன்னவை அனைத்தும் உங்களிடம் இருக்கிறதா? இல்லையென்றால், உடனடியாக அதைப் பெறுவதற்கான வேலைகளில் இறங்குங்கள்.

சரி, இந்த புரோக்கிங் அக்கவுன்ட்டை எந்த நிறுவனத்தில் திறக்கலாம் அல்லது எவ்வாறு புரோக்கிங் நிறுவனத்தைத் தேர்வு செய்வது என்கிற கேள்வி பலருக்கும் வரும்.

புரோக்கிங் நிறுவனத்தில் கணக்கு வைப்பதற்கு முன் அனைவரும் தவறாமல் கேட்கும் கேள்வி, ஒவ்வொரு முறை பங்கு வாங்கும்போதும் எவ்வளவு பணம் கொடுக்க வேண்டும்? என்பதே!

நாம் காசு விஷயத்தில் கறார் என்றாலும், இது கடைசியாக கேட்கப்பட வேண்டிய கேள்வி என்பதே என் கருத்து.

புரோக்கரேஜ் கட்டணத்தைவிட, நீங்கள் தேர்வு செய்யப்போகும் புரோக்கர் எவ்வளவு காலமாக தொழிலில் உள்ளார், அவரைப் பற்றியோ அல்லது அவரது புரமோட்டர்களைப் பற்றியோ, செபியில் பெரிய வழக்குகள் ஏதேனும் உள்ளதா, அந்த புரோக்கரிடம் கணக்கு வைத்துள்ள வாடிக்கையாளருக்கு எவ்வளவு அனுபவம் இருக்கிறது, ஆன் லைன்/ஆஃப் லைன் வசதிகள் எவ்வாறு உள்ளது, உங்களுக்கு பர்சனல் அட்வைஸ் தர அல்லது வழி நடத்திச் செல்ல அந்த நிறுவனத்தில் ஆட்கள் உள்ளனரா, உங்களுடைய ரிலேஷன்ஷிப் மேனேஜருக்கு என்னென்ன தகுதி இருக்கிறது என்பது போன்ற பல விஷயங்களைத்தான் நீங்கள் முதலில் கேட்டு முடிவெடுக்க வேண்டும்.

இதற்காக புரோக்கரேஜ் கட்டணம் பற்றி தெரிந்துகொள்ளத் தேவையில்லை என்று சொல்லவில்லை. என்.எஸ்.இ. மற்றும் பி.எஸ்.இ-யின் விதிமுறைகளின்படி, வாடிக்கையாளரிடம் இருந்து 2.50 சதவிகிதத்துக்கு மேல் புரோக்கரேஜ் வாங்கக்கூடாது. ஆனால், வாடிக்கையாளருக்குக் கொடுக்கும் சேவையைப் பொறுத்து, டெலிவரி புரோக்கரேஜ் ஆக 0.50% முதல் 1% வரை புரோக்கர்கள் கட்டணம் வசூலிக்கிறார்கள். தினசரி வர்த்தகத்துக்கு (அன்றே வாங்கி அன்றே விற்பதற்கு) இன்னும் குறைவாக (0.10% - 0.30%) கட்டணம் வசூலிக்கிறார்கள். சிலர், குறைவான புரோக்கரேஜ் என்கிற ஒரே காரணத்துக்காக புரோக்கர்களை மாற்றுகிறார்கள். ஆனால், அங்கு வேறு சில அசௌகரியங்கள் இருக்கலாம். அது என்ன என்பது காலம் செல்லச் செல்லத்தான் தெரியும்.

அதீத பாதுகாப்பைத் தேடுபவர்கள் டிரேடிங் கணக்கை ஒரு புரோக்கரிடமும், டீமேட் கணக்கை வேறொரு நிறுவனத்திடமும் வைத்துக் கொள்ளலாம். ஆனால், அவ்வாறு செய்வதால் அசௌகரியங்கள் அதிகம்.

5

பங்கு பரிவர்த்தனைக்கான வார்த்தைகளும் விளக்கங்களும்

எந்த ஒரு செயலில் இறங்கும் முன்பும் அவசியம் தெரிந்துகொள்ள வேண்டியது, அதில் புழங்கும் வார்த்தைகளுக்கான அர்த்தத்தை சரியாகப் புரிந்துகொள்வதுதான். பங்குச் சந்தையில் புழங்கும் டெர்மினாலஜிகள் ஆங்கிலத்தில் இருப்பதால், சிறிய நகரங்களில் இருப்பவர்கள் என்னமோ ஏதோ..! என்று பயப்படுகிறார்கள். உண்மையில், இந்த வார்த்தைகளைக் கண்டு பயம் கொள்ளத் தேவையில்லை. இந்த டெர்மினாலஜிகளுக்கு என்ன அர்த்தம் என்பதை சரியாக விளங்கிக் கொண்டாலே போதும்.

பங்குப் பரிவர்த்தனையில் அடிக்கடி பயன்படுத்தப்படும் முக்கியமான சில வார்த்தைகளுக்கான விளக்கம்:

பி.எஸ்.இ: பாம்பே ஸ்டாக் எக்ஸ்சேஞ்ச். இந்தியாவின் இருபெரும் எக்ஸ்சேஞ்சுகளில் இதுவும் ஒன்று. ஆசியாவின் மிகப் பழமை

வாய்ந்த எக்ஸ்சேஞ்ச் என்ற பெருமையும் இதற்கு உண்டு. இதன் புரமோட்டர்கள் பெரும்பாலும் புரோக்கர்கள்தான்.

என்.எஸ்.இ: நேஷனல் ஸ்டாக் எக்ஸ்சேஞ்ச் ஆஃப் இந்தியா லிமிடெட். இந்தியாவின் மிகப் பெரிய எக்ஸ்சேஞ்ச். மும்பையைத் தலைமையிடமாகக் கொண்டு செயல்பட்டு வரும் இந்த எக்ஸ்சேஞ்-ஜின் சொந்தக்காரர்கள் யார் தெரியுமா? பல பொதுத் துறை வங்கிகள், பொதுத் துறை இன்ஷூரன்ஸ் நிறுவனங்கள் மற்றும் சில நிதித் துறை சார்ந்த நிறுவனங்கள். பலரும் இதை அரசுக்குச் சொந்தமான நிறுவனமாக நினைக்கிறார்கள். இது தவறு. பல அரசுத் துறை நிறுவனங்கள் இணைந்து நடத்தும் தனியார் நிறுவனமே இது.

நீங்கள் பங்குகளில் வர்த்தகம் செய்யும்போது உங்களது புரோக்கர் இந்த இரண்டு எக்ஸ்சேஞ்சுகளில் ஏதாவது ஒன்றில்தான் நீங்கள் கேட்ட பங்குகளை வாங்கியிருப்பார் அல்லது விற்றிருப்பார். சில புரோக்கர்கள் என்.எஸ்.இ. அல்லது பி.எஸ்.இ. என ஏதாவது ஒரு எக்ஸ்சேஞ்சில்தான் உறுப்பினராக இருப்பார்கள். பெரிய புரோக்கர்கள் இரண்டு எக்ஸ்சேஞ்சிலும் உறுப்பினராக இருப்பார்கள்.

என்.எஸ்.டி.எல்/சி.டி.எஸ்.எல்: இவை இரண்டும் டெபாஸிட்டரி நிறுவனங்கள். அதாவது, நாம் வாங்குகிற பங்குகளையும் பத்திரங்களையும் பாதுகாப்பது இந்த நிறுவனங்களின் வேலை. எலெக்ட்ரானிக் வடிவத்தில் இருக்கும் பங்குகளும், பத்திரங்களும் இந்த நிறுவனங்களால் பாதுகாக்கப்படுகிறது. டெபாஸிட்டரி பார்ட்டிசிபன்ட் (சுருக்கமாக, டி.பி.) என்பவர் இந்த இரு நிறுவனங்களுக்கும் முதலீட்டாளர்களுக்கும் மத்தியில் உள்ளவர். பொதுவாக புரோக்கரே டி.பி.யாகச் செயல்படுவார்.

புரோக்கர்: ஸ்டாக் எக்ஸ்சேஞ்சில் உறுப்பினராக இருப்பவர். தனிநபரோ, பார்ட்னர்ஷிப் நிறுவனமோ, கம்பெனிகளோ அல்லது வங்கிகளோ ஸ்டாக் எக்ஸ்சேஞ்சில் உறுப்பினராகலாம். பங்குகளை வாங்கவோ அல்லது விற்கவோ நினைத்தால் புரோக்கர்கள் மூலமாகத்தான் செய்ய முடியும். நாமே நேரில் போய் எக்ஸ்சேஞ்சிடமிருந்து வாங்கவோ, விற்கவோ முடியாது.

சப்-புரோக்கர்: ஒவ்வொரு புரோக்கரும் பல சப்-புரோக்கர்களை நியமனம் செய்வார். இப்படித்தான் ஒரு புரோக்கிங் நிறுவனம் இந்தியா முழுவதும் தனது தொழிலை விரிவுப்படுத்துகிறது.

விகடன் பிரசுரம்

புரோக்கரேஜ்: நீங்கள் பங்குகளை வாங்கி விற்பதற்கு புரோக்கர் எடுத்துக்கொள்ளும் கமிஷன்.

ஆன்-லைன் டிரேடிங்: ஆன்-லைன் மூலம் பங்குகளை வாங்குவது அல்லது விற்பது. இன்டர்நெட் வருவதற்கு முன்பு வரை புரோக்கரிடம் போன் செய்துதான் பங்குகளை வாங்க/விற்கச் சொல்லி வந்தார்கள். இப்போது, கம்ப்யூட்டர் உதவியுடன்

இன்டர்நெட் மூலமாக நீங்களே வாங்கி, விற்கலாம். இதற்கு பெயர்தான் 'ஆன்-லைன் டிரேடிங்.'

ஆஃப்-லைன் டிரேடிங்: புரோக்கர் அலுவலகத்துடன் போன் மூலம் அல்லது நேரடியாகத் தொடர்பு கொண்டு வாங்க/விற்கச் சொல்வதை 'ஆஃப்-லைன் டிரேடிங்' என்கிறார்கள்.

மொபைல் டிரேடிங்: செல்போன் மூலமாக பங்குப் பரிவர்த்தனை செய்வது.

மார்க்கெட் ஆர்டர்: ஒரு பங்கு, தற்போது மார்க்கெட்டில் விற்கப்படும் விலைக்கே வாங்குவது/விற்பது.

லிமிட் ஆர்டர்: இந்த விலைக்கு இந்தப் பங்கை வாங்க அல்லது விற்க விரும்புகிறேன் என்று விலையைக் குறித்து ஆர்டர் கொடுப்பது.

இன்ட்ரா டே டிரேடிங்: ஒரே நாளில் பங்குகளை வாங்கி விற்பது.

ஐ.பி.ஓ.: தனது தொழிலை விரிவுப்படுத்த நிறுவனங்களுக்கு நிதி தேவைப்படும். இந்த நிதியைத் திரட்ட சந்தையில் பங்கு வெளியிடும் முதல் முயற்சியே ஐ.பி.ஓ.

எஃப்.பி.ஓ.: ஐ.பி.ஓ-வுக்கு அடுத்த கட்டம் இது. ஏற்கெனவே சந்தையில் லிஸ்ட் ஆகியுள்ள நிறுவனம், தனது நிதித் தேவைகளுக்காக மீண்டும் சந்தையில் தனது பங்குகளை விற்பது.

ரைட்ஸ்: ஏற்கெனவே ஒரு நிறுவனத்தில் இருக்கும் பங்குதாரர்களுக்கு, உரிமை அடிப்படையில் பங்குகளை விற்பது.

போனஸ்: நிறுவனம், தனது பங்குதாரர்களுக்கு இலவசமாக பங்குகளை வழங்குவது. போனஸ் கொடுக்கப்பட்ட விகிதத்தில் சந்தையில் பங்கின் விலை உடனே குறையும்.

வீட்டுப் பாடம்!

பின்வரும் நிறுவனங்களின் மார்க்கெட் கேப்பிட்டலைசேஷன் எவ்வளவு என்பதை மூன்று நாட்களுக்கு எழுதுக.

* அசோக் லேலாண்டு
* எஸ்.பி.ஐ.
* இன்ஃபோசிஸ்

ஸ்ப்ளிட்: பங்குகளின் முகமதிப்பைக் குறைத்து, அதிக பங்குகளாகக் கொடுப்பது. உதாரணத்துக்கு 10 ரூபாய் முகமதிப்புள்ள ஒரு பங்கை உடைத்து, 2 ரூபாய் முகமதிப்புள்ள ஐந்து பங்குகளாக்கிக் கொடுப்பது. இப்படிச் செய்யும்போது இதே விகிதத்தில் பங்கின் சந்தை விலை உடன் குறையும்.

செக்டார்ஸ்/இண்டஸ்ட்ரிஸ்/துறைகள்: ஒரே விதமான தொழிலில் ஈடுபட்டுள்ள நிறுவனங்களை 'ஒரே துறையைச் சார்ந்த பங்குகள்' எனக் குறிப்பிடுகிறோம். உதாரணத்துக்கு, ஐ.டி. துறை, ஆட்டோமொபைல் துறை, மின்சாரத் துறை, கேப்பிட்டல் கூட்ஸ், ரீடெயில், டெலிகாம், வங்கி என்று அடுக்கிக்கொண்டே செல்லலாம்.

மார்க்கெட் கேப்பிட்டலைசேஷன்: ஒரு நிறுவனத்தின் மொத்த பங்குகளின் சந்தை மதிப்பு. பங்குகளின் விலை ஏறினால் இதன் மதிப்பு உயரும். குறைந்தால் மதிப்பும் குறையும்.

மிகப் பெரிய, பெரிய, நடுத்தர மற்றும் சிறிய நிறுவனங்கள் (ஜெயன்ட், லார்ஜ், மிட் அண்ட் ஸ்மால் கம்பெனிகள்) - நிறுவனப் பங்குகளின் மொத்த மார்க்கெட் மதிப்பை வைத்து இந்தப் பிரிவு உருவாக்கப்படுகிறது. இந்தப் பிரிவுக்கு என தனியாகச் சட்டங்கள் ஏதும் இல்லை. நமது வரையறையைப் பொறுத்து மாறலாம்.

இன்றைய நிலையில் ரூபாய் 1,00,000/- கோடிக்கு மேல் மார்க்கெட் மதிப்புள்ள நிறுவனங்களை மிகப் பெரிய நிறுவனங்கள் என்றும், ரூபாய் 30,000/- கோடி முதல் 1,00,000/- கோடி வரை மார்க்கெட் மதிப்புள்ள நிறுவனங்களை பெரிய நிறுவனங்கள் என்றும், ரூபாய் 5,000/- கோடி முதல் 30,000/- கோடி வரை மார்க்கெட் மதிப்புள்ள நிறுவனங்களை நடுத்தர நிறுவனங்கள் என்றும், ரூபாய் 2,000/- கோடி முதல் 5,000/- கோடி வரை மார்க்கெட் மதிப்புள்ள நிறுவனங்களை சிறிய நிறுவனங்கள் என்றும், ரூபாய் 2,000/- கோடிக்கும் கீழ் மார்க்கெட் மதிப்புள்ள நிறுவனங்களை மைக்ரோ கேப் நிறுவனங்கள் என்றும் கூறலாம்.

6

பங்குச் சந்தையின் குறியீடுகள்

பத்திரிகைகளிலும் தொலைக்காட்சிகளிலும் நாம் அடிக்கடி படிக்கும், பார்க்கும் செய்தி, சென்செக்ஸ் ஏறிவிட்டது அல்லது இறங்கிவிட்டது என்பதே. அதெப்படி சென்செக்ஸ் ஏறும் அல்லது இறங்கும்? என்று சிலர் அப்பிராணியாகக் கேட்கிறார்கள்.

சிம்பிள். தக்காளி, வெங்காயம் விலை ஏறி, இறங்குகிற மாதிரிதான் இதுவும்! பங்குச் சந்தையில் வர்த்தகமாகும் பங்குகளின் விலை உயர்ந்தால், மார்க்கெட் உயர்கிறது. குறையும்போது மார்க்கெட்டும் சரிகிறது. இந்த ஏற்ற, இறக்கத்தைச் சுட்டிக்காட்ட ஒவ்வொரு பங்குச் சந்தைகளிலும் சில குறியீடுகள் இருக்கின்றன. பங்குகளின் விலை உயரும்போது குறியீடுகளும் உயர்கின்றன. விலை குறையும்போது குறியீடுகளும் தாழ்கின்றன.

இந்தக் குறியீடுகள் தொடர்ந்து உயரும் பட்சத்தில் சந்தை காளையின் ஆதிக்கத்தில்

விகடன் பிரசுரம்

இருப்பதாகவும், குறையும் பட்சத்தில் சந்தை கரடியின் பிடியில் சிக்கியிருப்பதாகவும் சொல்கிறோம்.

இந்தியாவில் 1980-களின் நடுப்பகுதி வரை எந்தக் குறியீடுகளும் இல்லாமல் விலையை மட்டுமே அடிப்படையாக வைத்து பங்கு விற்பனை நடந்து வந்தது. பங்குகளின் விலை நிலவரத்தின் அடிப்படையில் ஒட்டுமொத்த சந்தை மேலே போகிறதா, இல்லை கீழே சாய்கிறதா என்பதைக் கண்டுபிடிப்பது கடினமான விஷயமாக பலருக்கும் இருக்க, இதனையே ஒரு குறியீடாக மாற்றினால் என்ன என்கிற கேள்விக்குக் கிடைத்த பதில்தான் குறியீடுகள். இவை விஞ்ஞானபூர்வமாகக் கணக்கிடப்பட்டு உருவாக்கப்பட்டவை. குறியீடுகளை உண்டு பண்ணி பராமரிப்பதற்கென்றே உலகளவில் பெரிய நிறுவனங்கள் இருக்கின்றன. உதாரணம், புளூம்பர்க் நிறுவனம்!

இந்தியாவில் மிகவும் பரவலாக அறியப்படும் குறியீடுகள் இரண்டு: சென்செக்ஸ் மற்றும் நிஃப்டி.

சென்செக்ஸ்: இது, இந்திய பங்குச் சந்தையின் மிகவும் பழமை வாய்ந்த குறியீடு. 1986-ல் தொடங்கப்பட்டது. இந்தியாவின் பல துறைகளிலும் உள்ள முப்பது பெரிய நிறுவனங்கள் இதில் இடம் பெறுகின்றன. அவ்வப்போது ஏதாவது ஒன்றிரண்டு நிறுவனங்கள் வெளியே செல்வதும் உள்ளே வருவதும் உண்டு. உலகளவில் உள்ள டவ் ஜோன்ஸ், நிக்கி, எஸ் அண்ட் பி 500 போன்ற பெரிய குறீடுகளைப் போல நமது குறியீடுகளும் சந்தையில் விற்பதற்கு ரெடியாக இருக்கும் பங்குகளின் மார்க்கெட் மதிப்பை, அதாவது விலையை வைத்தே கணக்கிடப்படுகிறது. இந்தக் கணக்கில் புரமோட்டர்கள் மற்றும் அரசாங்கத்திடம் இருக்கும் பங்குகள், மேலும் லாக் செய்யப்பட்ட பங்குகள் கணக்கில் எடுத்துக்கொள்ளப் படுவதில்லை.

நிஃப்டி: இது, தேசிய பங்குச் சந்தையின் குறியீடு. இதில் இந்தியாவில் உள்ள 23 துறைகளிலிருந்து ஐம்பது நிறுவனங்கள் இடம் பெறுகின்றன. இந்தக் குறியீட்டை ஐ.ஐ.எஸ்.எல். என்ற நிறுவனம் நிர்வகித்து வருகிறது. ஐ.ஐ.எஸ்.எல். தேசிய பங்குச் சந்தை மற்றும் கிரிஸில் ஆகிய இரண்டு நிறுவனங்களால் உருவாக்கப்பட்டது. நிஃப்டியில் உள்ள நிறுவனங்களில் மிக அதிக மதிப்பைப் பெற்றிருப்பது ஐந்து நிறுவனங்கள். நமக்குக் கிடைத்த தகவல்படி, ரிலையன்ஸ் இண்டஸ்ட்ரிஸ் நிறுவனத்துக்குதான் முதலிடம். இதற்கு 9.84% மதிப்பு உண்டு. உதாரணமாக, நிஃப்டி 100 புள்ளிகள் உயர்ந்திருக்கிறது என்றால்,

ஷேர் மார்க்கெட் - A to Z

அதில் ரிலையன்ஸ் நிறுவனத்தின் பங்கு 9.84% ஆகும்.

இதே போலத்தான் இறங்கும்போதும். ரிலையன்ஸுக்கு அடுத்து இன்ஃபோசிஸ் நிறுவனம் 9.41%, ஐ.சி.ஐ.சி.ஐ. வங்கி 6.82%, ஐ.டி.சி.5.46%, எல் அண்ட் டி 5.27%, ஹெச்.டி.எஃப்.சி. 5.01,% ஹெச்.டி.எஃப்.சி. பேங்க் 4.40 சதவிகிதமும் பெற்றுள்ளன. மீதமுள்ள சதவிகிதத்தை மற்ற 44 நிறுவனங்கள் பகிர்ந்துள்ளன. பாரத் பெட்ரோலியம், ரிலையன்ஸ் பவர், ரிலையன்ஸ் கேப்பிட்டல், சுஸ்லான் நிறுவனங்கள் 0.50 சதவிகிதத்துக்கும் கீழே மதிப்பைப் பெற்றுள்ளன.

சென்செக்ஸில் மொத்தம் முப்பது பங்குகள் உள்ளன. இதில் ரிலையன்ஸ் நிறுவனத்துக்கு 11.61%, இன்ஃபோசிஸ்க்கு 11.08%, ஐ.சி.ஐ.சி.ஐ. 8.05%, ஐ.டி.சி. 6.44%, எல் அண்ட் டி 6.22%, ஹெச்.டி.எஃப்.சி. 5.91% மதிப்பும் கொண்டுள்ளன. மீதமுள்ள 24 நிறுவனங்கள் இதற்கும் கீழே மதிப்பைக் கொண்டுள்ளன.

இதுவரை நாம் கண்டது இரண்டு குறியீடுகளில் உள்ள பங்குகளுக்கு இருக்கும் மதிப்புகளைத்தான். இதுபோல் பல குறியீடுகள் இரண்டு சந்தைகளிலும் உள்ளன. மார்க்கெட் மதிப்பு, துறைகள், முதலீட்டு முறைகள், அரசாங்கம் தனியார் போன்ற பல்வேறு பிரிவுகளின் அடிப்படையில் பல குறியீடுகள் நமது இரண்டு சந்தைகளிலும் உள்ளன.

இந்தக் குறியீடுகளை பங்குச் சந்தை அல்லது அதைச் சார்ந்த அமைப்புகள் கணக்கிடுகின்றன. குறிப்பிட்ட வரையறைக்குள் எந்தப் பங்குகள் ஒவ்வொரு குறியீட்டிலும் இடம் பெற வேண்டும் அல்லது வெளியேற வேண்டும் என்பதை பங்குச் சந்தையால் உருவாக்கப்பட்ட கமிட்டிகள் நிர்ணயிக்கின்றன. நிறுவனங்கள் பெரிதாக இருந்து, அவற்றின் மார்க்கெட் மதிப்பு அதிகமாக இருந்து, அந்த நிறுவனங்களின் பங்குகள் பரவலாக முதலீட்டாளர்களிடம் அதிக சதவிகிதத்தில் இருக்கும் பட்சத்தில்,

---

வீட்டுப் பாடம்!

பி.எஸ்.இ., என்.எஸ்.இ. ஆகிய இரு இணையதளத்துக்குள் நுழைந்து பின்வரும் குறியீடுகளில் இடம் பெற்றுள்ள பங்குகள் எவையெவை என்பதைக் கண்டுபிடியுங்கள்.

1. பேங்க் நிஃப்டி
2. சி.என்.எக்ஸ். ஐ.டி
3. பி.எஸ்.இ. ஆட்டோ.

குறியீடுகளில் அந்தப் பங்குகளின் வெயிட்டேஜ் அதிகமாக இருக்கும்.

நமது குறியீடுகளில் பாப்புலரான சில பெயர்களையும், அவற்றைப் பற்றிய சிறிய அறிமுகத்தையும் கீழே கொடுக்கப்பட்டுள்ளது:

தேசியப் பங்குச் சந்தையின் பாப்புலர் குறியீடுகள்:

1. நிஃப்டி - இந்த குறியீடு பற்றி ஏற்கெனவே கூறியுள்ளேன். இந்தியாவின் 50 பெரிய நிறுவனப் பங்குகள் அடங்கிய பட்டியல் இவை. 23 துறைகளைச் சார்ந்த பங்குகள் கொண்ட இந்தக் குறியீடு, 'இந்தியப் பொருளாதாரத்தின் முகம்' என்றே சொல்லலாம். தேசியப் பங்குச் சந்தையின் 48% வர்த்தகம் இந்தப் பங்குகளில்தான் நடக்கிறது. இந்தக் குறியீட்டை வைத்து பல டெரிவேட்டிவ்கள் மற்றும் ஃபண்டுகள் வர்த்தகமாகின்றன. இந்தக் குறியீட்டில் இடம்பெறும் நிறுவனங்களைத்தான் 'புளூசிப் கம்பெனிகள்' என்று அழைக்கிறோம்.

2. நிஃப்டி ஜூனியர் - நிஃப்டி பங்குகளுக்குப் பிறகு அதிகமாக வர்த்தகமாகும் 50 பங்குகளை உள்ளடக்கியது. இந்தக் குறியீட்டையும் நிஃப்டியின் 50 பங்குகளையும் சேர்த்தால் இந்தியாவில் வர்த்தகமாகும் டாப் 100 பங்குகளின் லிஸ்ட் கிடைக்கும். இந்த இரண்டு குறியீடுகளிலும் வெவ்வேறு பங்குகள்தான் இடம் பெறும். ஒரே பங்குகள் இரண்டு குறியீடுகளிலும் இடம் பெறாது.

3. நிஃப்டி மிட்கேப் 50 - நடுத்தர மார்க்கெட் மதிப்புள்ள அதிக வளர்ச்சியுள்ள 50 பங்குகள் இந்தக் குறியீட்டில் இடம் பெற்றுள்ளன.

4. பேங்க் நிஃப்டி - எந்த ஒரு பொருளாதாரமும் அதிவேக வளர்ச்சியில் இருக்கும்போது, அந்தப் பொருளாதாரத்தில் உள்ள வங்கிகளின் வளர்ச்சியும் நன்றாக இருக்கும். இந்தக் குறியீட்டில் 12 பெரிய வங்கிகள் அங்கம் வகிக்கின்றன.

5. சி.என்.எக்ஸ். 500 - இந்தியப் பங்குச் சந்தையில் முக்கியப் பங்கு வகிக்கும் 500 நிறுவனங்களின் குறியீடு இது. தேசியப் பங்குச் சந்தையின் 87% வர்த்தகம், இந்தப் பங்குகளில்தான் நடக்கிறது. 72 விதமான தொழில் பங்குகள் இந்தக் குறியீட்டில் இடம் பெற்றுள்ளன.

6. சி.என்.எக்ஸ். ஐ.டி. - இன்ஃபர்மேஷன் டெக்னாலஜி துறையைச் சார்ந்த 20 முன்னணிப் பங்குகள் இதில் இடம் பெற்றுள்ளன. உலகளவிலான ஒரு சேவைப் பொருளாதாரமாக இந்தியா கருதப்படும் நிலையில், இந்தக் குறியீடு ஒரு முக்கியமான அளவுகோலாக உள்ளது.

7. சி.என்.எக்ஸ். இன்ஃப்ரா - கட்டுமானப் பணிகள், அடிப்படைத் தேவைகள் மற்றும் கேப்பிட்டல் கூட்ஸ் தயாரிப்பில் ஈடுபட்டுள்ள நிறுவனங்களைச் சார்ந்த 25 நிறுவனப் பங்குகளின் குறியீடு.

8. சி.என்.எக்ஸ். ரியால்டி - ரியல் எஸ்டேட் துறையில் ஈடுபட்டுள்ள 10 முன்னணி நிறுவனப் பங்குகள் இந்தக் குறியீட்டில் இடம் பெற்றுள்ளன.

தேசியப் பங்குச் சந்தையைப் போல பி.எஸ்.இ-யில் உள்ள பாப்புலரான சில குறியீடுகள் கீழே கொடுக்கப்பட்டுள்ளன. அவை, 1. சென்செக்ஸ், 2. பி.எஸ்.இ. மிட்கேப், 3. பி.எஸ்.இ. ஸ்மால்கேப், 4. பி.எஸ்.இ. 100, 5. பி.எஸ்.இ. 200, 6. பி.எஸ்.இ. 500, 7. பி.எஸ்.இ. ஆட்டோ, 8. பி.எஸ்.இ. பி.எஸ்.யூ. போன்றவை.

7

சந்தையின் இன்னொரு பக்கம்!

"**ப**ங்குச் சந்தை பற்றி ஓரளவுக்குத் தெரிந்து கொண்டோம். இனி நாங்கள் அதில் குதித்து முத்தெடுக்கலாமா?" - என நீங்கள் கேட்கலாம். இதுவரை, பங்குச் சந்தையின் பாசிட்டிவ்-ஆன ஒரு பக்கத்தை மட்டும்தான் நாம் பார்த்தோம். இந்த ஒரு பக்கத்தை மட்டுமே பார்த்து நாம் அசந்துபோய் நின்றுவிடக்கூடாது. பங்குச் சந்தைக்கு இன்னொரு பக்கமும் உண்டு. அதில்தான் 'ரிஸ்க்' போன்ற அம்சங்கள் உள்ளன. அது என்ன ரிஸ்க்?

'ரிஸ்க்' என்பது பங்குச் சந்தையில் மட்டுமல்ல, எல்லாவற்றிலும் இருக்கிறது. 'பைக் ஓட்டுவது ரிஸ்க்கானது. எனவே, நான் ஓட்டமாட்டேன்' என்று யாராவது சொல்வார்களா?

பங்குச் சந்தை ரிஸ்க்கும் கிட்டத்தட்ட இது மாதிரிதான். சந்தையில் இருக்கும் ரிஸ்க்குக்கு பயந்து அதில் நுழையமாட்டேன் என்பது புத்திசாலித்தனமான வாதமாக இருக்காது.

ரிஸ்க் பற்றிய அத்தனை விவரங்களையும் அறிந்து, அதன் ஆழத்தைக் கணக்கிட்டு, அந்த ரிஸ்க்கை தனக்குச் சாதகமாக்கிக் கொள்ள முயலும் மனிதன்தான் வெற்றிகரமான மனிதன்!

'நீங்கள் எளிதாகச் சொல்லிவிட்டீர்கள். ஆனால், சென்செக்ஸ் தினமும் 100 புள்ளிகள் ஏறுகிறது, இறங்குகிறது. அதைப் பார்த்தால் பயமாக இருக்கிறதே!' என்று என்னிடம் கேட்டவர்கள் பலர்.

அவர்களுக்கு நான் சொன்ன பதில் இதுதான்: "சந்தையில் காய்கறி விலை ஏறுகிறது, இறங்குகிறது. விலை அதிகமாக இருக்கும்போது, நாம் குறைந்த அளவு காய்கறியை வாங்குகிறோம். விலை குறைவாக இருக்கும்போது அதிகமாக வாங்குகிறோம். காய்கறி விலை ஏற்ற-இறக்கத்தை நாம் எத்தனை புத்திசாலித் தனமாக எதிர்கொள்கிறோம்!

ஏறக்குறைய இதே மாதிரிதான் பங்குகளின் விலையும். காய்கறி விலை ஏற்ற-இறக்கத்துக்கு, வெள்ளம், வறட்சி, சப்ளை, டிமாண்டு என பல காரணங்கள் இருப்பதுபோல் பங்குகளுக்கு சப்ளை, டிமாண்டு, பணப்புழக்கம், வட்டி ஏற்ற-இறக்கம், உலகப் பொருளாதார நிலைமை, அரசாங்கம், சட்டதிட்டங்கள் என பல இருக்கின்றன.

நீங்கள் குறுகியகால முதலீட்டாளராக இருக்கும்போதுதான் இந்தத் தினசரி ஏற்ற-இறக்கத்தை நினைத்துப் பயப்படுவீர்கள். தினசரி ஏற்ற-இறக்கங்கள் நமது நீண்டகால பொருளாதார வளர்ச்சியையோ அல்லது ஒரு நிறுவனத்தின் நிதி நிலைமையையோ அல்லது வேறு பிற நீண்ட கால காரணிகளையோ அடிப்படையாக வைத்து அமைவதில்லை. ஆகவே, நீண்டகால முதலீட்டாளர்கள் குறுகிய கால ரிஸ்க்கைப் பற்றி கவலைப்படத் தேவையில்லை.

நல்ல பங்குகளாகப் பார்த்து முதலீடு செய்யும்போது, நீண்ட காலத்தில் பணத்தை இழப்பதற்கான சாத்தியக்கூறுகள் மிக மிகக் குறைவு. உங்களது குறுகியகால (5 வருடத்துக்கும் குறைவாக) தேவைகளுக்கு ஆர்.டி., அல்லது ஃபிக்ஸட் டெபாசிட்

வீட்டுப் பாடம்!

உங்களிடம் 50 ஆயிரம் ரூபாய் இருக்கிறது. உங்கள் வயதை அடிப்படையாக வைத்து நீங்கள் எவ்வளவு பணத்தை பங்குச் சந்தையில் முதலீடு செய்யலாம் என்பதை கணக்கிடுங்களேன்.

போன்ற திட்டங்களில் முதலீடு செய்து கொள்ளுங்கள். 5 வருடம் வரை உறுதியாகத் தேவைப்படாத பணத்தை பங்குச் சந்தையில் முதலீடு செய்யலாம்.

பங்குச் சந்தையில் முதலீடு செய்யும்போது பெரிய நிறுவனப் பங்குகளில், அதாவது சென்செக்ஸ் அல்லது நிஃப்டி குறியீட்டுப் பட்டியலில் இடம் பெற்றுள்ள பங்குகளில் முதலீடு செய்தால் ரிஸ்க் குறைவு. நடுத்தர நிறுவனங்களில் ரிஸ்க் கொஞ்சம் அதிகம். *(அதேபோல அதிக லாபமும் கிடைக்கலாம்!)* சிறிய நிறுவனங்களில் ரிஸ்க் மிக அதிகம் *(லாபமும் அதேபோல!)*. ஆகவே, பங்குச் சந்தையில் முதலீட்டைத் தொடங்கும்போது பெரிய நிறுவனப் பங்குகளாகப் பார்த்து வாங்குவது நன்று.

பங்குச் சந்தையில் இருக்கும் இன்னொரு பெரிய ரிஸ்க், 'புரோக்கர்.' நீங்கள் டீமேட், டிரேடிங் கணக்கு வைத்திருக்கும் புரோக்கிங் நிறுவனம் பெரிய நிறுவனமாக இருக்கலாம்.

ஆனால், அங்கு உங்களுடன் டீல் செய்பவர் 'நாணயஸ்தரா' என்று அறிந்துகொள்ள வேண்டும். நாம் வாங்கிய பங்குகளை பத்திரமாக வைத்திருக்கிறார்களா, நம் பெயரில் நம் அனுமதி இல்லாமல் பங்குகளை வாங்கி, விற்கிறார்களா என்பதைக் கண்காணிப்பது அவசியம்.

'எல்லாம் சரி, அமெரிக்காவில் வட்டி உயர்ந்தாலோ அல்லது வேலைவாய்ப்பு அதிகரித்தாலோ, நமது இந்தியச் சந்தையில் ஏன் மாற்றங்கள் நிகழ வேண்டும்?' என்றும் சிலர் கேட்கிறார்கள்.

இந்தியப் பொருளாதாரம், இன்று உலகப் பொருளாதாரத்தோடு இணைந்துவிட்டது. ஆகவே உலகளவில் சந்தையில் முதலீடு செய்யும் முதலீட்டாளர்கள், ஒரு சந்தையில் இருந்து இன்னொரு சந்தைக்கு பல காரணங்களுக்காக பணத்தை மாற்றுவது இன்று சகஜமாகிவிட்டது. அதுவும் கம்ப்யூட்டர் யுகத்தில் சொடுக்கு போடும் நேரத்தில் பல ஆயிரம் கோடிகளை ஒரு நாட்டின் சந்தையில் இருந்து இன்னொரு சந்தைக்கு மாற்றுகிறார்கள். அவ்வாறு நிகழும்போது நமது சந்தையில் திடீர் ஏற்ற-இறக்கம் ஏற்படுகிறது. அமெரிக்கா, ஜப்பான், ஐரோப்பா போன்ற சந்தைகளை ஒப்பிடும்போது நமது சந்தையின் ஆழம் குறைவு. ஆகவே, இந்த மாற்றங்களால் நமது சந்தை சற்று வேகமாக ஏற - இறங்கத்தான் செய்யும்.

'சரி ரிஸ்க் இல்லை என்றால் தங்கத்தை அடமானமாக வைத்து பங்குச் சந்தையில் முதலீடு செய்யலாமா?' என்று பலர் கேட்கிறார்கள்.

நீங்கள் ஒரு லட்சம் ரூபாயை பங்குச் சந்தையில் முதலீடு செய்கிறீர்கள். இரண்டு வருடத்தில் 50,000/- ரூபாயை லாபமாக (50%) பார்த்துவிடலாம் என்று நினைக்கிறீர்கள். அதற்காக உங்கள் வீட்டில் உள்ள தங்க ஆபரணத்தை எடுத்துச் சென்று அடகு வைக்கிறீர்கள். அடகுக்கு ஆண்டு வட்டி 12% என்று வைத்துக் கொள்வோம். நீங்கள் நினைத்ததுபோல் நடந்துவிட்டால், 25,440/- ரூபாய் வட்டி கட்டியது போக, உங்களுக்கு 24,560/- ரூபாய் லாபம். இது ஒரு நல்ல லாபம்தான்.

அந்த இரண்டு வருடத்தில் சந்தை 50% இறங்கிவிட்டது என்று வைத்துக் கொள்ளுங்கள். அப்போது உங்கள் பங்குகளின் மதிப்பு 50,000/- ரூபாய். உங்களது கெட்ட நேரம், நகை உங்கள்

வீட்டில் தேவைப்படுகிறது என்று வைத்துக் கொள்வோம். நீங்கள் பங்கை விற்று 50,000/-மும், மேலும் 75,440/-ஐ (50,000/- நஷ்டப் பணம் + 25,440/- வட்டிப் பணம்) சரி செய்துகொண்டு சென்று நகைகளை திருப்பி வரவேண்டும். ஆக, லாபம் கிடைத்தால் 50%; நஷ்டம் ஏற்பட்டால் 75%. ஆகவே, நகையை அடகு வைத்தோ, கடன் வாங்கியோ பங்குச் சந்தையில் முதலீடு செய்வதை கட்டாயம் தவிர்க்க வேண்டும்.

இன்னும் சிலர், 'நான் வேலையில் இருந்து ஓய்வு பெற்றுவிட்டேன். என்னுடைய பி.எஃப். பணத்தை பங்குச் சந்தையில் போடலாமா?' என்று கேட்கிறார்கள்.

நிச்சயம் கூடாது. ஒருவருடைய சொத்து மதிப்பில் அதிகபட்சமாக எத்தனை சதவிகிதம் வரை பங்குச் சந்தையில் முதலீடு செய்யலாம் என்பதற்கு ஒரு ஃபார்முலா இருக்கிறது. அதாவது 100-லிருந்து உங்கள் வயதைக் கழித்தால் வரும் சதவிகிதத்தைத்தான் நீங்கள் பங்குச் சந்தையில் முதலீடு செய்ய வேண்டும். உங்கள் வயது 60 என்றால், உங்கள் கையிருப்பில் 40 சதவிகிதத்தை மட்டுமே முதலீடு செய்ய வேண்டும். அதற்கு மேல் கூடவே கூடாது.

இப்படி நீங்கள் முதலீடு செய்யும் பணத்தில் எந்த அளவு பணத்தை இழக்கத் தயாராக இருக்கிறீர்கள் என்பதைப் பொறுத்து, நீங்கள் எப்படிப்பட்ட ரிஸ்க்கை சந்திக்கத் தயார் என்பது தெரியும். உதாரணமாக, நீங்கள் போட்ட அத்தனை பணமும் போனால்கூட பரவாயில்லை என்று நினைத்தால், நீங்கள் ஒரு ஹை ரிஸ்க் டேக்கர். நடுத்தரமாக இழக்கத் தயார் என்றால், நீங்கள் ஒரு மீடியம் ரிஸ்க் டேக்கர், கொஞ்சம் இழக்கத் தயார் என்றால் நீங்கள் ஒரு லோ ரிஸ்க் டேக்கர். எதையுமே இழக்கத் தயார் இல்லை என்றால், நீங்கள் ஒரு அல்ட்ரா கன்ஸர்வேட்டிவ் பெர்சன்.

ரிஸ்க் எடுக்காவிட்டால் வளர்ச்சி இல்லை என்பதை ஏற்கெனவே சொன்னோம், நினைவிருக்கிறதா?

8

இ.பி.எஸ்., புக் வேல்யூ, பி.இ., டிவிடெண்ட் யீல்ட்... என்ன?

பங்குச் சந்தையில் உள்ள ரிஸ்க் பற்றி விளக்கமாகப் பார்த்த நாம், வெவ்வேறு முதலீட்டு முறைகள் பற்றியும், அவற்றில் உள்ள நன்மை, தீமைகள் பற்றியும் பங்குகளை எவ்வாறு மதிப்பிடுவது என்பது பற்றியும் இனி வரும் அத்தியாயங்களில் விரிவாகப் பார்ப்போம்.

அதற்கு முன், பங்கு மதிப்பீட்டுக்காக உபயோகிக்கும் சில வார்த்தைகளை (டெர்மினாலஜிஸ்) பற்றி அறிந்துகொள்வது அவசியம். காரணம், பங்குகளை அலசி ஆராய இவைதான் அடிப்படை!

சிறிய உதாரணத்துடன் இதைப் பார்க்கலாமா! 'அஆஇ' என்கிற பெயரில் நீங்கள் சூப்பர் மார்க்கெட் ஒன்றை நடத்தி வருகிறீர்கள். உங்களின் சென்ற ஆண்டின் (எளிமைப்படுத்தப்பட்ட) இன்கம் ஸ்டேட்மென்ட், (வருமான அறிக்கை) இங்கு கொடுக்கப்பட்டுள்ளது.

அஆஇ கம்பெனி

இன்கம் ஸ்டேட்மென்ட் (ஆண்டு 2009-10)

மொத்த விற்பனை	-	18,50,000
சேதாரம்	-	50,000
நிகர விற்பனை	-	18,00,000
கொள்முதல்	-	8,00,000
சம்பளம் மற்றும் பிற செலவுகள்	-	5,00,000
தேய்மானம் மற்றும் வரிக்கு முன் லாபம்	-	5,00,000
தேய்மானம்	-	10,000
லாபம் (வரிக்கு முன்)	-	4,90,000
வருமான வரி (அதிகபட்சம் 33.99%)	-	1,66,551
நிகர லாபம்	-	3,23,449
பங்கு முதலீடு	-	2,00,000
10 ரூபாய் முகமதிப்புள்ள பங்குகளின் எண்ணிக்கை	-	20,000

வருமான அறிக்கை என்பது, ஒரு நிறுவனத்தின் வரவு-செலவுகளைக் காண்பிக்கும். இதில் நிறுவனம் பெரிதாக பெரிதாக, பலவிதமான விவரங்கள் வரும். ஆனால், நாம் புரிந்துகொள்வதற்கு ஏற்ற மாதிரி எளிமையாக 'அஆஇ சூப்பர் மார்க்கெட்'டின் வருமான அறிக்கையைத் தந்திருக்கிறேன். இந்த சூப்பர் மார்க்கெட் மூலம் உங்களின் தினசரி வியாபாரம் சுமார் 5,000/- ரூபாய் என்று எடுத்துக்கொள்வோம்.

சென்ற ஆண்டு உங்களின் மொத்த விற்பனை (டர்ன் ஓவர் என்றும் கூறுவார்கள்) 18.5 லட்சம் ரூபாய். அதில் 50 ஆயிரம் ரூபாய் சேதாரத்தில் (பொருட்கள் உடைந்தது, கெட்டுப்போனது, திரும்பி வந்தது போன்றவை) போய்விட்டது. ஆகையால், உங்களின் நிகர விற்பனை ரூபாய் 18 லட்சம்.

இதில் உங்களின் கொள்முதல் செலவு ரூபாய் 8 லட்சம். வாடகை, சம்பளம், மின்சாரம், டீ, காபி போன்ற அனைத்துச்

செலவுகளும் ரூபாய் 5 லட்சம் ஆகிறது. நீங்கள் பயன்படுத்தும் உபகரணங்களுக்கு தேய்மானம் உண்டாகும். அதற்காக ஒரு குறிப்பிட்ட செலவை எழுதிக் கொள்ளலாம். இந்த ஸ்டோரில் அந்தத் தொகை ரூபாய் 10,000/- என்று வைத்துக் கொள்வோம். இதன்பின் கிடைக்கும் லாபமான ரூபாய் 4.90 லட்சத்துக்கு நீங்கள் உங்கள் நிறுவனத்தின் அமைப்பைப் பொறுத்து (உரிமையாளர், பார்ட்னர்ஷிப் அல்லது கம்பெனி) வரி கட்ட வேண்டும். நாம் இங்கு உச்சபட்ச வரியான 33.99%-ஐ கணக்கில் எடுத்துக் கொண்டுள்ளோம். ஆக, வரி செலுத்தியபின் கிடைக்கும் லாபமான 3,23,449 ரூபாய்தான் உங்களின் நிகர லாபம்.

இந்த அறிக்கையில் நீங்கள் கவனிக்க வேண்டியது தேய்மானச் செலவு. அந்தப் பணம் உங்கள் கையில்தான் உள்ளது - செலவு ஆகவில்லை. அதேபோல், உங்கள் நிறுவனத்தின் தற்போதைய சொத்துகளின் புத்தக மதிப்பு (அதாவது, சொத்துகளை வாங்கிய விலையில் இருந்து தேய்மானத்தைக் கழித்த பிறகு உள்ள மதிப்பு) ரூபாய் 1,90,000/- என்றும் வைத்துக் கொள்வோம்.

இ.பி.எஸ். (EPS - Earnings Per Share): இ.பி.எஸ் என்பது, நிறுவனத்தில் ஒரு பங்குக்காக உள்ள வருமானம். நிகர லாபத்தை மொத்த பங்குகளின் எண்ணிக்கையால் வகுத்தால் கிடைப்பதுதான் இ.பி.எஸ்.

இ.பி.எஸ் = நிகர லாபம் / பங்குகளின் எண்ணிக்கை.

மேற்கண்ட உதாரணத்தில் இ.பி.எஸ். ரூபாய் 16.17 (3,23,449/20,000) ஆகும். அதிகமான இ.பி.எஸ்., ஒரு நிறுவனம் லாபகரமாகச் செயல்படுவதைக் காண்பிக்கும்.

புக் வேல்யூ (Book Value (BV) Per Share): புக் வேல்யூ என்பது நிறுவனத்தில் ஒரு பங்குக்கு உள்ள புத்தக மதிப்பு. இதில் நாம் கணக்கிடுவது புத்தக மதிப்பைத்தானே தவிர, நிறுவனச் சொத்துகளின் மார்க்கெட் மதிப்பை அல்ல. ஒரு நிறுவனத்தின் கடன்களை அதன் சொத்துகளில் இருந்து கழித்த பிறகு மிஞ்சுவதே புத்தக மதிப்பு.

புத்தக மதிப்பு = சொத்துகள் - கடன்கள் (Book Value = Assets - Liabilities)

ஒரு பங்கின் புத்தக மதிப்பு = புத்தக மதிப்பு / பங்குகளின் எண்ணிக்கை.

விகடன் பிரசுரம்

இந்த மொத்த புத்தக மதிப்பை, அந்த நிறுவனம் வெளியிட்டுள்ள பங்குகளால் வகுத்தால் கிடைப்பதுதான் ஒரு பங்கின் புத்தக மதிப்பு. ஒரு கம்பெனியின் மதிப்பை பலவாறாகக் கணக்கிடலாம். அவற்றுள் புத்தக மதிப்பும் ஒன்று. மற்றுமொரு வகையில் பார்த்தால், ஒரு நிறுவனம் ஏதோ ஒரு காரணத்தால் மூடப்பட்டால், அதன் சொத்துகளை விற்றால் பங்கு வைத்து இருப்பவர்களுக்கு எவ்வளவு பணம் திரும்பக் கிடைக்கும் என்பதுதான் புத்தக மதிப்பு. இந்த மதிப்பு அனைத்து கம்பெனிகளின் ஐந்தொகையில் (Balance Sheet) கிடைக்கும்.

மேற்கண்ட உதாரணத்தில் ஒரு பங்கின் புத்தக மதிப்பு ரூபாய் 9.50 (1,90,000/20,000) ஆகும். இந்த உதாரணத்தில் நிறுவனத்துக்கு எந்தவிதமான கடனும் இல்லை என்று எடுத்துக்கொள்வோம். இந்த புத்தக மதிப்பு நிறுவனம் இருக்கும் துறையைப் பொறுத்து மாறுபடும். சில தொழில்களுக்கு (மின் உற்பத்தி போன்றவை)

முதலீடு அதிகம் தேவைப்படும். அதே சமயம் சர்வீஸ் சார்ந்த துறைகளுக்கு முதலீடு அதிகம் தேவைப்படாது.

பங்கின் மார்க்கெட் மதிப்பு (அ) விலை: பங்குச் சந்தையில் வர்த்தகமாகும் விலை. இந்த உதாரணத்தில் பங்கின் சந்தை விலை ரூபாய் 66 என்று எடுத்துக்கொள்வோம்.

பி/இ (P/E - Price / Earnings Per Share): இது பங்கின் சந்தை விலைக்கும், இ.பி.எஸ்-ஸுக்கும் உள்ள விகிதமாகும். ஒரு பங்கின் வருமானத்தைப் போல அந்தப் பங்கின் சந்தை விலை எத்தனை மடங்காக உள்ளது என்பதை இந்த விகிதம் காண்பிக்கும். பொதுவாக, இந்த விகிதம் குறைவாக இருப்பது நல்லது - அதாவது, சந்தை விலை குறைவாகவும், இ.பி.எஸ். அதிகமாகவும் இருப்பது நல்லது.

பி/இ = பங்கின் சந்தை விலை / ஒரு பங்கின் வருமானம்.

பி/பிவி (P/BV - Price / Book Value Per Share): புத்தக மதிப்பு ஒரு நல்ல குறியீடு என்றாலும், அதை தனியாகக் காண்பதைக் காட்டிலும் மற்றொன்றோடு ஒப்பிட்டுப் பார்த்தால்தான் மிகவும் பயனுள்ளதாக அமையும். அந்த விகிதம்தான் பரவலாக உபயோகிக்கப்படும் பங்கின் விலைக்கும் புத்தக மதிப்புக்கும் உள்ள விகிதம் (Market Price / Book Value or P/BV). இந்த விகிதம் ஒரு பங்கின் புத்தக மதிப்பைப் போல் அந்தப் பங்கின் சந்தை விலை எத்தனை மடங்கு உள்ளது என்பதைக் காண்பிக்கும்.

பி/பிவி = பங்கின் சந்தை விலை / ஒரு பங்கின் புத்தக மதிப்பு.

டிவிடெண்ட் (Dividend): நிறுவனங்கள் தங்களுக்கு வரும் லாபத்தில் ஒரு பகுதியை ஆண்டுதோறும் தங்களின் பங்குதாரர்களுக்கு பிரித்துக் கொடுப்பதை 'டிவிடெண்ட்' என்று கூறுகிறோம். இந்த டிவிடெண்ட் கொடுக்கும்முன் நிறுவனங்களே வரி கட்டிவிடுவதால், பங்குதாரர்கள் இதற்கு வருமான வரி கட்ட வேண்டாம்.

வீட்டுப் பாடம்:

பி.ஹெச்.இ.எல்., ஓ.என்.ஜி.சி., ஹெச்.டி.எஃப்.சி., மஹிந்திரா அண்ட் மஹிந்திரா ஆகிய நான்கு நிறுவனங்களின் இ.பி.எஸ்., புக் வேல்யூ, டிவிடெண்ட், பி/இ, பி/பிவி, டிவிடெண்ட் யீல்ட் ஆகியவற்றை இன்டர்நெட் உதவியுடன் கண்டறிக.

டிவிடெண்ட் யீல்ட் (Dividend Yield): டிவிடெண்டுக்கும் பங்கின் சந்தை விலைக்கும் உள்ள விகிதம். உதாரணத்துக்கு, நீங்கள் வைத்திருக்கும் 'அஆஇ' பங்கு ஒன்றுக்கு ரூபாய் 3.30 டிவிடெண்ட்-ஆக சென்ற ஆண்டு வழங்கப்பட்டது என்று வைத்துக் கொள்வோம். மேலும், அந்தப் பங்கின் சந்தை விலை ரூபாய் 66 என்று எடுத்துக் கொள்வோம். அப்படியென்றால், நீங்கள் வைத்திருக்கும் பங்கின் டிவிடெண்ட் யீல்ட் 5% *(3.30/66 x 100)*.

டிவிடெண்ட் யீல்ட் = டிவிடெண்ட் தொகை / பங்கின் சந்தை விலை x 100

பங்குச் சந்தையில் வெவ்வேறு முதலீட்டு யுத்திகள் உள்ளன. அவற்றில் சில இதோ:

1. வேல்யூ இன்வெஸ்ட்டிங்
2. குரோத் இன்வெஸ்ட்டிங்
3. கான்ட்ரா இன்வெஸ்ட்டிங்
4. பேஸிவ் இன்வெஸ்ட்டிங்

இவை தவிர வேறு சில யுத்திகளும் உள்ளன. ஆனால், அவற்றை எல்லாம் இந்த நான்குக்குள் கொண்டு வந்துவிடலாம்.

ஒருவரின் மனநிலைக்கு ஏற்ப அவரின் முதலீட்டு யுத்தியும் /முறையும் அமைய வேண்டும். வேகமான மனநிலையில் இருப்பவர்கள் 'குரோத்' பங்குகளை நாடிச் செல்வர். தாம் வாங்கும் பங்கில் வேல்யூ இருக்க வேண்டும் என்பவர்கள், 'வேல்யூ' பங்குகளை நாடிச் செல்வர். மாத்தி யோசிப்பவர்கள் 'கான்ட்ரா' பங்குகளை நோக்கிச் செல்வர். மார்க்கெட் ரிஸ்க்கைவிட ஒரு துளி கூடவோ அல்லது குறையவோ எனக்கு வேண்டாம் என்று நினைப்பவர்கள் 'பேஸிவ்' முறையை நாடிச் செல்வர்.

9

வேல்யூ பங்குகளை எப்படிக் கணிக்கலாம்...?

சென்ற அத்தியாயத்தில் பங்குகளின் மதிப்பைக் கணக்கிட உதவும் சில அளவுகோல்களைக் கண்டறிந்தோம். சில முதலீட்டு யுக்திகள் பற்றியும் கண்டோம். அப்படிப்பட்ட முதலீட்டு யுக்திகளைப் பற்றி இன்னும் சற்று விரிவாகக் காண்போம்.

வேல்யூ இன்வெஸ்ட்டிங்: சீசனில் ஒரு கிலோ தக்காளி 3 ரூபாய்க்கு விற்பனையாகிறது. நீங்கள் தக்காளியைப் பயிர் செய்தால், அதன் அடக்க விலை ஒரு கிலோவுக்கு 7 ரூபாயாகும். ஆக, உற்பத்தி விலையைவிட கிலோவுக்கு 4 ரூபாய் குறைவாகக் கிடைக்கிறது.

ஓர் ஆண்டுக்கு உங்களுக்கு 5 கிலோ தக்காளி சாஸ் தேவை. இதைத் தயாரிக்க, 20 கிலோ தக்காளி தேவைப்படுகிறது. இப்போது நீங்கள் கணக்குப் போடுகிறீர்கள் - விலை குறைவாக இருக்கும் இந்த நேரத்தில் நான் ஏன் அந்த 20 கிலோ தக்காளியையும் வாங்கக்கூடாது? வெறும் 60 ரூபாயில் எனக்கு 5 கிலோ சாஸுக்குத்

தேவையான தக்காளி கிடைத்துவிடுகிறதே! இப்படி யோசிப்பதுதான், வேல்யூ இன்வெஸ்ட்டிங்!

50 லட்ச ரூபாய் முதலீட்டில் நீங்கள் ஒரு தொழில் தொடங்க நினைக்கிறீர்கள். ஆனால் அதே தொழில், அதே சைஸில், நீங்கள் எதிர்பார்க்கும் அதே லாபத்தில், 35 லட்ச ரூபாய் முதலீட்டிலேயே கிடைக்கிறது என்றால் வாங்குவீர்களா, இல்லையா? அதுதான் வேல்யூ இன்வெஸ்ட்டிங்!

பங்குகளும் சில சமயங்களில் தங்கள் மதிப்பைவிட குறைவான விலையில் கிடைக்கவே செய்யும். ஆனால், இது மாதிரியான பங்குகளை எப்படிக் கண்டுபிடிப்பது?

வேல்யூ பங்குகளுக்கு பி/இ, பி/பிவி போன்ற பல அளவுகோல்கள் குறைவாக இருக்கும். 'டிவிடெண்ட் யீல்ட்' அதிகமாக இருக்கும். இந்த நிறுவனங்களில் வளர்ச்சியின் வேகம் அவ்வளவாக இருக்காது. ஆமை போல 'ஸ்லோ அண்ட்

ஸ்டெடி'யாகச் செல்லும். வேகமாகச் செயல்பட முயலும் பல முதலீட்டாளர்களுக்கு இந்தப் பங்குகளைப் பிடிக்காது.

இந்த முதலீட்டு முறையை உலகுக்கு எடுத்துச் சொன்னவர் பெஞ்சமின் கிரஹாம் மற்றும் டேவிட் டாட் (David Dodd) என்கிற இரு பெரும் நிபுணர்கள். இவர்கள், அமெரிக்காவில் உள்ள கொலம்பியா பிஸினஸ் ஸ்கூலில் 20-ம் நூற்றாண்டின் முற்பகுதியில் பேராசிரியர்களாக வேலை செய்தார்கள். இந்த இருவரும் இணைந்து 1934-ல் எழுதிய 'செக்யூரிட்டி அனாலிஸிஸ்' என்ற புத்தகம் மிகவும் பிரசித்தமானது.

தற்போதைய வேல்யூ இன்வெஸ்ட்டார் நாம் அனைவரும் அறிந்த வாரன் பஃப்பட் ஆவார். வாரன் பஃப்பட்டும் கிரஹாமின் சீடர் என்பது குறிப்பிடத்தக்கது. ஜான் டெம்பிள்டன், ஜோயல் கிரீன்ப்ளாட் (Joel Greenblatt) போன்றோரும் வேல்யூ இன்வெஸ்ட்டிங்கில் சிறந்து விளங்கினர். வேல்யூ இன்வெஸ்ட்டிங் பற்றி கிரஹாம் எழுதிய 'தி இன்டெலிஜென்ட் இன்வெஸ்ட்டார்' என்ற புத்தகமும் உலகப்புகழ் பெற்றது.

ஆங்கிலத்தில் 'இன்ட்ரின்ஸிக் வேல்யூ' (Intrinsic value) என்று கூறுவார்கள் - அதாவது ஒன்றின் உண்மையான (உள்ளார்ந்த) மதிப்பு. நாம் மேலே கண்ட உதாரணத்தில் தக்காளியின் உள்ளார்ந்த மதிப்பு ஒரு கிலோவுக்கு 7 ரூபாய். நமக்கு சந்தையில் கிடைத்ததோ கிலோ ஒன்றுக்கு 3 ரூபாய். அதாவது அதன் உள்ளார்ந்த மதிப்பைவிட 57% தள்ளுபடி விலையில் கிடைத்திருக்கிறது. நீங்கள் உள்ளார்ந்த மதிப்பிலிருந்து குறைவாக வாங்கும்போது விலை மேலும் குறைவதற்கான சாத்தியக்கூறுகள் குறைவு.

அதுமட்டுமல்ல, வேல்யூ நிறுவனங்களின் நிதி நிலை (வரவு, செலவு, லாபம்) சீராக இருக்கும். ஆகவே, எதிர்காலத்தில்

வீட்டுப் பாடம்!

இன்றைய காலகட்டத்தில் நிஃப்டி 50-க்குள் வேல்யூ பங்குகள் என்று நீங்கள் நினைப்பவற்றை எழுதி, அவற்றின் பி/இ, பி/பிவி, டிவிடெண்ட் யீல்டு போன்றவற்றைக் கண்டறியுங்கள். அந்த நிறுவனங்களின் தயாரிப்புகள், அந்த நிறுவனத்துக்கு இருக்கும் பலம், பலவீனங்கள், வாய்ப்புகள், பயங்கள் போன்றவற்றையும் ஒரு காகிதத்தில் எழுதிப் பார்க்கவும்.

எவ்வாறு இருக்கும் என்று நாம் ஈஸியாகக் கணிக்க முடியும். வேல்யூ நிறுவனங்களின் நடவடிக்கைகள் நிலையாக இருப்பதால், முதலீட்டு ரிஸ்க்கும் குறைவு. ஆனால், பொதுவாக வளர்ச்சி அதிகமாக உள்ள நிறுவனங்களின் எதிர்காலத்தை நாம் ஈஸியாகக் கணித்துவிட முடியாது என்பதோடு, அவை அதிவேக வளர்ச்சியில் இருப்பதால், ரிஸ்க்கும் அதிகமாகவே இருக்கும்.

எல்லாம் சரி, வேல்யூ பங்குகளை எவ்வாறு ஆராய்ந்து அறிவது?

முதலீட்டாளர்கள் கவனிக்க வேண்டிய முதல் விஷயம், எந்தப் பங்காக இருந்தாலும் அதை அதிக மதிப்புக் கொடுத்து வாங்கக்கூடாது. பொதுவாக, ஒவ்வொரு காலகட்டத்திலும் ஒவ்வொரு புதிய துறை / பொருளாதாரம் உருவாகும். அவ்வாறு நிகழும்போது அந்தத் துறை / பொருளாதாரம் சார்ந்த பங்குகள் கணக்கு வழக்கு இல்லாமல் விலை உயர ஆரம்பிக்கும். அதுபோன்ற சமயங்களில் வேல்யூ முதலீட்டாளர்கள் அந்தப் பங்குகள் பக்கமே செல்லமாட்டார்கள். இன்டர்நெட் நிறுவனப் பங்குகள் (2000-த்தில்) அமெரிக்காவில் உச்சத்தில் பறந்தபோது, அந்தப் பங்குகள் பக்கமே வாரன் பஃபட் போகவில்லை.

அதேபோல் மார்க்கெட் உச்சத்தில் இருக்கும்போதும் வேல்யூ முதலீட்டாளர்கள் பங்குகளை வாங்கமாட்டார்கள். மாறாக, பங்குகளை விற்க ஆரம்பிப்பார்கள். சந்தை அடிபட்டு விழுந்து கிடக்கும்போது வேல்யூ முதலீட்டாளர்களுக்கு நாவில் எச்சில் ஊறும். அத்தோடு நின்றுவிட மாட்டார்கள் - சாப்பிடவும் செய்வார்கள். அந்த சமயத்தில் பங்குகளை அதிகமாக வாங்குவார்கள். அந்தப் பங்கை துறை சார்ந்த நிறுவனங்களோடு ஒப்பிடுவார்கள். மதிப்பு அளவுகோல்கள் (பி/இ, பி/பிவி, டிவிடெண்ட் மற்றும் பிற) கவர்ச்சிகரமானதாக இருக்கிறதா என்று பார்ப்பார்கள். மார்ஜின் ஆஃப் சேஃப்டி எவ்வளவு என்று கணிப்பார்கள். {நாம் மேலே கூறிய தக்காளி உதாரணத்தில் நமது மார்ஜின் ஆஃப் சேஃப்டி ரூபாய் 4 (7 - 3 = 4)}. நிறுவனத்தின் கேஷ் ஃப்ளோ (Cash Flow) எந்த அளவு நிலையாக உள்ளது என்று பார்ப்பார்கள். அந்த நிறுவனம் விற்கும் பொருட்களுக்கு எப்போதும் மவுசு இருக்குமா, போட்டியாளர்களை ஒப்பிடும்போது அந்த நிறுவனத்தின் வலிமை, பணபலம் போன்ற பலவற்றையும் ஆராய்ந்து அறிவார்கள்.

வேல்யூ இன்வெஸ்ட்டிங் பற்றி சுருக்கமாகச் சொல்ல வேண்டுமானால், 'தி இன்டெலிஜென்ட் இன்வெஸ்ட்டார்'

புத்தகத்தின் அறிமுக உரையில் கூறியிருப்பதுபோல, 'பங்குகளை, வாசனைத் திரவியம் (சென்ட்) வாங்குவதுபோல வாங்காமல், பலசரக்கு வாங்குவதுபோல வாங்குங்கள்'. பலசரக்கு வாங்குவது நம்மவர்களுக்கு கைவந்த கலை என்றாலும், அந்தத் திறமையை பங்குகளை வாங்குவதில் காட்டத் தயங்குகிறார்கள்.

வேல்யூ இன்வெஸ்ட்டிங்குக்கான அவசியமான குணாதிசயங்கள்: பொறுமை, உணர்ச்சிவசப்படாமல் இருப்பது, சாதாரண புத்திசாலித்தனம் (இங்கு வார்த்தைகளைக் கூர்ந்து கவனிக்கவும்) மற்றும் முதலீட்டு ஒழுக்கம். வேல்யூ இன்வெஸ்ட்டிங் பற்றி பின்வரும் அத்தியாயங்களில் இன்னும் விரிவாகக் காண்போம்.

இந்த இடத்தில் பொதுவான ஒரு விஷயத்தை வாசகர்களுக்குச் சொல்ல விரும்புகிறேன். எந்த ஒரு செயலிலும் நமக்கு எடுத்த உடனேயே வெற்றி கிடைத்துவிடாது. பங்கு முதலீடும் அதற்கு விதிவிலக்கல்ல. நான் பார்த்த பல முதலீட்டாளர்கள், பங்குச் சந்தையில் இறங்கிக் கண்டபடி விளையாடி, கையைச் சுட்டுக்கொள்கிறார்கள்.

பிறகு, பங்குச் சந்தை ஒரு சூதாட்டம் என்றும், நமக்கும் அதற்கும் ராசியே இல்லை என்றும் சொல்லி, அந்தப் பக்கமே வராமல் போய்விடுகிறார்கள். அப்படி இல்லாமல் ஏற்கெனவே செய்த தவறுகளை உணர்ந்து, அந்தத் தவறுகளை மீண்டும் செய்யாமல் புதிய பல யுக்திகளைக் கையாண்டு, வெற்றிகரமான முதலீட்டு அனுபவத்தைப் பெற முயற்சிக்கலாம்.

இன்று பங்குச் சந்தையில் மிகப் பெரிய ஜாம்பவான்களாக இருப்பவர்கள்கூட நஷ்டத்தைச் சந்தித்தே இந்த நிலைக்கு வந்திருக்கிறார்கள். நஷ்டம் அவர்களை வெற்றியாளர்களாக மாற்றி இருக்கிறதே ஒழிய, துவண்டுவிடச் செய்யவில்லை என்பதை நாம் மறக்கக்கூடாது.

10

வளரும் பங்குகளைக் கண்டுபிடித்து வாங்குவது எப்படி?

ஆங்கிலத்தில் 'குரோத்' என்றால் 'வளர்ச்சி' என்று பொருள்.வளர்ச்சியை விரும்பாதவர் உலகில் யாராவது இருப்பார்களா? அதேசமயம், வளர்ச்சி இருக்கும் இடத்தில்தான் அதிக ரிஸ்க்கும் இருக்கும் என்பதையும் நாம் மறக்கக்கூடாது. அப்படிப்பட்ட 'குரோத் இன்வெஸ்டிட்ங் யுக்தி' பற்றி விளக்கமாகப் பார்ப்போம்.

நீங்கள் உங்கள் பெண்ணுக்கு நல்ல ஒரு வரனைத் தேடுகிறீர்கள் என்று வைத்துக் கொள்வோம். அந்த மாப்பிள்ளையின் குடும்ப நிதி நிலைமை சுமாராக உள்ளது. ஆனால், அந்த மாப்பிள்ளையோ நல்ல துடிப்புள்ள ஓர் இளைஞனாக இருக்கிறார். வாழ்க்கையில் முன்னேற வேண்டும் என்கிற ஆர்வம் அவரிடம் அதிகமாகவே இருக்கிறது. தன் சொந்தக்காலில் நிற்க ஆசைப்படுகிறார். எல்லா அறிகுறிகளையும் பார்க்கும்போது, அந்த இளைஞர் எதிர்காலத்தில் நல்ல வளர்ச்சியைக் காண்பார் என்று நீங்கள்

நினைக்கிறீர்கள். உங்களது பெண்ணுக்கும் அவரைப் பிடித்துப் போய்விட்டது. திருமணம் முடிகிறது. நம்பிக்கை பொய்க்காமல், அவர்கள் வெற்றிகரமான தம்பதிகளாக வாழ்ந்து காட்டுகிறார்கள். இதுபோல் எத்தனையோ கதையைக் கேள்விப்பட்டிருப்பீர்கள்.

கடந்த பத்துப் பதினைந்து ஆண்டுகளில் வளர்ச்சிப் பங்குகளுக்கு உதாரணங்களைச் சொல்ல வேண்டுமென்றால், இன்ஃபோசிஸ், விப்ரோ, சிப்லா, பி.ஹெச்.இ.எல், எல் அண்ட் டி என பல நிறுவனங்களைச் சொல்லலாம். இந்தியப் பொருளாதாரம் அதிவேகமாக வளர்ந்து வருவதால், இன்று ஓரளவுக்கு சிறிதாக இருக்கும் நிறுவனங்கள் எதிர்காலத்தில் வளர்ச்சிப் பங்குகளாக மாறி, பெரும் நிறுவனங்களாக வளர்ந்திருக்கும்.

ஒரு புதிய முதலீட்டாளர், ஒவ்வொரு சிறிய நிறுவனப் பங்கைப் பார்க்கும்போதும், இந்த நிறுவனம் நாளைக்கு இன்ஃபோசிஸ் போன்ற பெரிய ஒரு நிறுவனமாக வளர்ந்துவிடும் என்று நினைத்துவிடுவார். எல்லா நிறுவனங்களும் இன்ஃபோசிஸ் போல் வளர்ந்துவிடாது. ஆகவே, குரோத் நிறுவனப் பங்குகளைத் தேர்ந்தெடுப்பதில் மிகவும் ஜாக்கிரதையாக இருக்க வேண்டும்!

அதிவேகமாக வளர்ந்து வரும் நிறுவனங்களுக்கு திடீரென்று எதிர்பாராத பிரச்னைகளும் வரும். அப்படி வரும்போது அதைச் சமாளித்து அதிலிருந்து மீண்டு வரக்கூடிய நிர்வாகத்திறன் கொண்ட நிறுவனமாக அது இருக்க வேண்டும். வேல்யூ நிறுவனங்களைவிட குரோத் நிறுவனங்களில் முதலீடு செய்வதில் ரிஸ்க் அதிகம்; ரிவார்டும் அதிகம்!

சரி, குரோத் நிறுவனப் பங்குகளைத் தேர்ந்தெடுக்கும் விதம் என்ன?

கீழ்காணும் சில வரைமுறைகளை அடிப்படையாக வைத்துப் பார்த்தால், எவை 'குரோத் பங்குகள்' என்பது உங்களுக்குத் தெளிவாகவே புரியும்.

1. கடந்த 5 / 10 / 15 வருடங்களில் டேர்ன் ஓவர், நிகர லாபம், இ.பி.எஸ். போன்ற அளவுகோல்களில் நல்ல வளர்ச்சியைக் கண்டிருக்க வேண்டும். *(உதாரணத்துக்கு 20%-க்கு மேல்!)* அதன் துறை சார்ந்த நிறுவனங்களைவிட அதிகமாக வளர்ந்திருக்க வேண்டும். *(குறைந்தது 10 சதவிகிதத்துக்கும் அதிகமாக)*

2. கடந்த காலத்தில் மட்டுமல்ல, அடுத்த 5 / 10 / 15 வருடங்களில் அந்த நிறுவனத்தின் டேர்ன் ஓவர், நிகர லாபம், இ.பி.எஸ். போன்றவற்றின் வளர்ச்சியும் அதிகமாவதற்கான வாய்ப்பு உள்ளதா என்று ஆய்வு செய்ய வேண்டும். அந்த நிறுவனம் சார்ந்த துறைக்கு வளர்ச்சி வாய்ப்பு, போட்டிகள் மற்றும் நேர்மையான நிர்வாகம் ஆகியவை உள்ளனவா என்று அனலைஸ் செய்ய வேண்டும்.

3. செலவுகள் கட்டுக்குள் உள்ளனவா/இனிவரும் காலங்களிலும் அது கட்டுக்குள் இருக்குமா என்று பார்க்க வேண்டும்.

4. திறமையான நிர்வாகத்தைக் கொண்டுள்ளதா, குறுக்கு வழியில் செல்லாத புரமோட்டர்களைக் கொண்டுள்ளதா என்று பார்க்க வேண்டும்.

5. அடுத்த 3 அல்லது 4 ஆண்டுகளில் பங்கின் விலை இரட்டிப்பு ஆகுமா என்பதையும் அலச வேண்டும்.

6. ஆர்.ஓ.இ. (ROE - Return On Equity) வளர்ந்துகொண்டே இருக்கிறதா? (ஆர்.ஓ.இ. = நிகர லாபம் / பங்குதாரர்களின் முதலீடு)

சரி, குரோத் நிறுவனங்களின் குணாதிசயங்கள் என்னென்ன?

இவைகள் வேல்யூ பங்குகளுக்கு நேர் எதிர்மாறாக இருக்கும். உதாரணத்துக்கு, அதிக பி/இ, பி/பிவி கொண்டவையாக இருக்கும். இந்த நிறுவனங்கள், வரும் லாபம் அனைத்தையும் மீண்டும் தனது தொழில் வளர்ச்சிக்காக முதலீடு செய்து விடுவதால், டிவிடெண்ட் பெரும்பாலும் மிகமிகக் குறைவாக இருக்கும். இந்த நிறுவனங்கள் ஐ.டி., பயோடெக்னாலஜி போன்ற புதிய பொருளாதாரத்தைச் சார்ந்த நிறுவனங்களாக இருக்கும் அல்லது, அதிவேகமாக வளர்ந்து வரும் பகுதிகளில் / நாடுகளில் / துறைகளில் இடம் பெற்றிருக்கும்.

அந்த நிறுவனங்களின் அதீத வளர்ச்சியால், நிகர லாபம் அதிகரித்துக்கொண்டே செல்லும். அதனால் அதன் பங்கு

வீட்டுப் பாடம்!

பின்வரும் பங்குகளின் 'பெக்' (PEG) விகிதத்தைக் கண்டுபிடியுங்களேன். டி.சி.எஸ்., எல்.ஐ.சி. ஹோம் ஃபைனான்ஸ், ஹீரோ ஹோண்டா, என்.டி.பி.சி., ஹெச்.டி.எஃப்.சி. பேங்க்.

விலையும் உயர்ந்துகொண்டே செல்லும். இதுபோன்ற நிறுவனங்களில் முதலீடு செய்பவர்கள், பெரும்பாலும் முதலீட்டைப் பெருக்கும் (Capital Appreciation) நோக்கத்துடனேயே முதலீடு செய்வர்.

தாமஸ் ரோவ் பிரைஸ் ஜூனியர் (Thomas Rowe Price Jr.) என்பவரை, 'குரோத் இன்வெஸ்ட்டிங் யுக்தியின் குரு' என்று கூறலாம். 1937-ல் டி.ரோவ் பிரைஸ் அசோஸியேட்ஸ் என்ற பெயரில் தனது நிறுவனத்தை ஆரம்பித்தார். இவர் வாங்கிய பங்குகளை 'ரோவ் பிரைஸ் பங்குகள்' என்று சந்தை கூறிய காலமும் உண்டு. திறமையான நிர்வாகம் கொண்ட, வளமான துறைகளில் உள்ள, அதிக டிவிடெண்ட் மற்றும் வருமானம் கொடுக்கக்கூடிய, பணவீக்கத்தைவிட, நாட்டின் பொருளாதாரத்தைவிட அதிகமான வளர்ச்சியைக் காணக்கூடிய நிறுவனப் பங்குகளில் முதலீடு செய்தார்.

மேலும், வளர்ச்சியுள்ள நிறுவனங்களை அவர் தேடியபோது சில குணாதிசயங்களைக் கண்டறிந்தார். சிறந்த ஆராய்ச்சி வசதி, குறைந்த போட்டி, மிகக் குறைந்த அரசாங்கக் கட்டுப்பாடு, குறைந்த மொத்த ஊழியர் சம்பளம் (அதே சமயத்தில் நல்ல சம்பளம் பெறக்கூடிய ஊழியர்கள்), குறைந்தது 10 சதவிகிதம் போட்ட முதலுக்கு வருமானம், உயர்ந்த லாப விகிதம், அதிக இ.பி.எஸ். வளர்ச்சி போன்றவை ஆகும்.

வாரன் பஃபட் போன்றோர் வேல்யூ மற்றும் குரோத் இன்வெஸ்ட்டிங் ஆகிய இரண்டுக்கும் பெரிய வித்தியாசம் இல்லை என்று கூறுகின்றனர். அவரைப் பொறுத்தவரை "வேல்யூ ஒரு கால் என்றால் குரோத் இன்வெஸ்ட்டிங் இன்னொரு கால். இந்த இரண்டு கால்களும் இடுப்பில்தான் சேர்கின்றன" என்கிறார்.

பீட்டர் லிஞ்ச் (Peter Lynch) என்பவர் பிரசித்தி பெற்ற அமெரிக்க முதலீட்டாளர்களில் ஒருவர். இவர், ஃபிடலிட்டி இன்வெஸ்ட்மென்ட்ஸில் வெற்றிகரமான ஃபண்ட் மேனேஜராக நீண்ட நாட்கள் இருந்தார். இவர் எழுதிய பல புத்தகங்கள் (One Up On Wall Street, Beating the Street, Learn to Earn) மிகவும் பிரசித்தம். இவர் வேல்யூ மற்றும் குரோத் ஆகிய இரு இன்வெஸ்ட்மென்ட் யுக்திகளையும் சேர்த்து 'கார்ப்' (GARP - Growth At Reasonable Price) என்ற யுக்தியைப் பாப்புலராக்கினார்.

இந்த வகையான முதலீட்டாளர்கள் சந்தையைவிட அதிக வளர்ச்சியுள்ள (குரோத் இன்வெஸ்ட்டிங்) அதே சமயம் குறைவான மதிப்புடைய (வேல்யூ இன்வெஸ்ட்டிங்) பங்குகளை நாடிச் செல்வர். இவ்வாறு தேடும்போது இரு வகையான முதலீட்டின் கோடிக்குச் செல்லாமல், குரோத் உள்ள அதே சமயம் குறைந்த பி/இ உள்ள பங்குகளை நாடிச் செல்வர்.

இந்த வகையான முதலீட்டை தேடுவதற்கு பல வகையான அளவுகோல்கள் இருந்தபோதிலும், 'பெக்' [PEG - Price / Earings to (EPS) Growth] விகிதம் அதிகமாகப் பயன்படுத்தப்படுகிறது. இது, ஒன்றுக்கு குறைவாக இருந்தால் நல்ல முதலீடு என்று கருதப்படுகிறது. உதாரணத்துக்கு, நீங்கள் தேர்வு செய்த பங்கின் பி/இ ஐந்து என வைத்துக்கொள்வோம். அந்த நிறுவனத்தின் கடந்த ஐந்து ஆண்டுகால இ.பி.எஸ். வளர்ச்சி ஆண்டுக்கு 10% எனக் கொண்டால், அதன் 'பெக்' விகிதம் (5/10 = 0.5) 0.5 ஆகும். இந்த உதாரணத்தில் 'பெக்' விகிதம் ஒன்றுக்கு குறைவாக இருப்பதால், இதை நல்ல ஒரு முதலீட்டு வாய்ப்பாகக் கருதலாம்.

11

நீங்க 'மாத்தியோசி' ரகமா? 'கான்ட்ரா'வுல கலக்கலாம் வாங்க!

நீங்கள் கடலிலோ, ஆற்றிலோ எதிர்நீச்சல் போட்டு இருக்கிறீர்களா? எல்லோரும் படிக்கும் படிப்பை விட்டுவிட்டு, மிகவும் அதிக மக்கள் படித்திராத படிப்பைப் படித்து அதில் வெற்றி கண்டவரா? பொதுவாக, அனைவரும் செய்யும் தொழிலையும் வேலையையும் போல் அல்லாமல், நீங்கள் மாற்றுத் துறையில் சென்று ஜெயித்தவரா?

இவற்றுக்கெல்லாம் உங்களின் பதில் 'ஆம்' என்றால், உங்களுக்கு கான்ட்ரா முதலீட்டு முறை கனகச்சிதமாகப் பொருந்தும்.

கான்ட்ரா முதலீட்டு முறை என்றால் என்ன?

சுருக்கமாகச் சொன்னால், பெருவாரியான மக்கள் யோசிப்பதற்கு எதிர்மறையாக யோசித்து அதன் மூலம் லாபம் ஈட்டுவதுதான் 'கான்ட்ரா முதலீட்டு முறை.'

ஒரு பங்கையோ அல்லது துறையையோ, அனைவரும் விற்றுவிட்டுச் செல்லும்போது, அந்தத் துறையின் / பங்கின் மதிப்பு வெகுவாகக் குறைந்து காணப்படும். ஓர் உதாரணம்: டாடா மோட்டார்ஸ் பங்கின் விலை, நவம்பர் 2008-ல் சில காரணங்களால் ரூபாய் 125-க்குச் சென்றது. அந்தப் பங்கின் தற்போதைய விலை ரூபாய் 1,205.55 (பிப்ரவரி 18, 2011).

அந்த நேரத்தில் கொஞ்சம் மாற்றி யோசித்து, இந்தப் பங்கை துணிந்து வாங்கி கான்ட்ரா இன்வெஸ்ட்டிங் செய்திருந்தால், இன்று கொள்ளை லாபம் பார்த்திருக்கலாம். இதுபோன்ற எத்தனையோ உதாரணங்களை கான்ட்ரா இன்வெஸ்ட்டிங் முறைக்கு சொல்ல முடியும்.

ஏதோ ஒரு காரணத்துக்காக, முழுச் சந்தையே அடிபட்டு இருக்கலாம் அல்லது தற்போது டெலிகாம் அல்லது இன்ஃப்ராஸ்ட்ரக்சர் துறையில் நிகழ்வதுபோல ஓரிரு துறைகள் அடிபடலாம். அல்லது டாடா மோட்டார்ஸ் போல ஏதாவது ஒரு பங்கு அடிபட்டு இருக்கலாம். அதுபோன்ற சமயங்களை தங்களுக்கு சாதகமாகப் பயன்படுத்திக் கொள்பவர்கள்தான் 'கான்ட்ரா முதலீட்டாளர்கள்.' பெரிய முதலீட்டாளர்கள் சிலர், ஒரு பங்கின் அல்லது துறையின் மீது இருக்கும் வெறுப்பினால்,

அந்தப் பங்கை அல்லது அந்தத் துறையில் இருக்கும் அனைத்துப் பங்குகளையும் விற்றுவிட்டுச் செல்வர்.

பங்குகளின் மதிப்பின் ஒரு பகுதி சப்ளை அண்ட் டிமாண்டை வைத்து முடிவு செய்யப்படுகிறது. சப்ளை அதிகமாகும் சமயங்களில் என்ன நடக்கும் என்பதை சொல்லத் தேவையில்லை - தக்காளி அதிகமாக விளையும்போது கர்நாடகாவில் ரோட்டில் போட்டு அழிக்கும் கதைதான் நமது பங்குச் சந்தையிலும் நடக்கும்! அப்போது நமது பெரிய தந்தைகள் எல்.ஐ.சி. மற்றும் வாரன் பஃபட் போன்றவர்கள் வாங்க ஆரம்பிப்பார்கள். நீங்களும் ஏன் அவர்களைப் போன்று இருக்கக்கூடாது?

இந்த முறையில் உள்ள நன்மைகள் என்ன?

எல்லோரும் ஆட்டுமந்தைக் கூட்டத்தைப் போல செல்லும் திசையில் செல்லாமல், மாற்றுத் திசையில் செல்வதால் மலிவான விலையில் பங்குகளை வாங்கலாம். ஏற்கெனவே அடிபட்டுள்ள பங்குகளை வாங்குவதால், மேலும் கீழே செல்வதற்கான வாய்ப்புக் குறைவு. ஆட்டுமந்தைக் கூட்டம் திசை திரும்பும்போது, ஓஹோவென லாபம் கிடைக்குமே! பிறகென்ன, ஆட்டுமந்தைகளின் திசையிலிருந்து நீங்களும் மாறிவிடுங்கள். நீண்ட நாட்களுக்கு (சொத்தைப்போல்) பங்குகளை வாங்கி வைத்து தங்களது செல்வத்தை வளர்க்க விரும்புகிறவர்களுக்கு, இதைவிட அரிய சந்தர்ப்பம் வேறு ஏதும் கிடைக்காது!

கான்ட்ரா முதலீட்டு முறையில் உள்ள நல்ல விஷயங்களைச் சொல்லிவிட்டேன். ஆனால், இதில் சில அசௌகரியங்களும் இருக்கின்றன. அவை என்ன?

எல்லோரும் செல்லும் திசையிலிருந்து நாம் மாறுபட்டுச் செல்வதால், துணைக்கு ஆளில்லாமல், நடுக்காட்டில் தன்னந்தனியாக நடந்து செல்வதுபோல் இருக்கும். இந்த முதலீட்டுமுறை ஒருவரின் பொறுமையை மிகவும் சோதிக்கும். நீங்கள் வாங்க வாங்க, பங்கின் விலை இறங்கிக்கொண்டே செல்லும். இந்த முறையை புதிதாக பின்பற்ற ஆரம்பித்தவர்களுக்கு, ஆழம் தெரியாமல் காலை விட்டுவிட்டோமோ என்று தோன்றும். சில துறைகளின்/பங்குகளின் விலை ஏறுவதற்கு நாம் நினைத்ததை விட காலம் அதிகமாகலாம். சந்தை ஏறிக்கொண்டு இருக்கும்போது நமது போர்ட்ஃபோலியோ மட்டும் ஆட்டுக்கல் போல நகராமல் அதே இடத்திலேயே இருக்கும்.

இந்த அசௌகரியங்களை எப்படிச் சமாளிக்கலாம்?

எந்த ஒரு புது அணுகுமுறையையும் போல ஆரம்பகாலங்களில் இது சற்றுக் கடினமாகத்தான் இருக்கும். பொறுத்திருந்து ஓரிரு முதலீடுகளில் நல்ல லாபம் கண்டவுடன், தன்னம்பிக்கை தானாகவே வந்துவிடும்.

முதலீட்டுக்கு உகந்த பங்கின் விலை ஏதோ ஒரு காரணத்தால் குறைய ஆரம்பிக்கிறது என்று வைத்துக் கொள்வோம். உங்களுக்கும் அந்தப் பங்கை வாங்குவதில் ஆசை இருக்கிறது. அதுபோன்ற சமயத்தில் மிகச் சிறிய அளவை வாங்கிக் கொள்ளுங்கள். பிறகு அந்தப் பங்கின் விலை ஏறுவதும் இறங்குவதுமாக, சறுக்கு விளையாட்டுப் போல் இருக்கும். பட்ட இடத்திலேயே படும் என்பதுபோல, மற்றுமொரு நிகழ்வு வந்து அந்தப் பங்கின் விலை மேலும் வீழ்ச்சி காணும். அப்போது மேலும் அந்தப் பங்குகளை வாங்குங்கள். இதுபோல் வாங்குவதற்கு இரண்டு/மூன்று முறை வாய்ப்புகள் கதவைத் தட்டும். அதை சாதகமாகப் பயன்படுத்திக் கொள்ளுங்கள்.

அவ்வாறு வாங்கிய பங்குகளின் சராசரி விலை, நீங்கள் கடைசியாக வாங்கிய விலையைவிட அதிகமாகத்தான் இருக்கும். அதற்காக கவலைப்படாதீர்கள். ஒரு பங்கு, உச்சபட்சமாக அல்லது குறைந்தபட்சமாக எவ்வளவு செல்லும் என்று அந்த நிறுவனத்தை நிறுவியவருக்கே தெரியாது. ஆகவே, நீங்களும் அவரும் ஒரே படகில்தான் பயணம் செய்கிறீர்கள் என்பதைப் புரிந்து கொள்ளுங்கள்!

நீங்கள் கவனமாக இருக்க வேண்டிய நேரம் - பங்கு விலை நீங்கள் வாங்கிய சராசரி விலைக்கெல்லாம் கீழ் அதலபாதாளத்துக்குச் சென்று விட்டு 'யூ' டர்ன் அடிக்கும்போதுதான். சிறிது லாபம் வந்துவிட்டதே என்று விற்றுவிட்டு வெளியேறி விடாதீர்கள். நல்ல கணிசமான லாபத்தைக் கண்ட பிறகே வெளியேறுங்கள்! அதுவே நீங்கள்

வீட்டுப் பாடம்!

வங்கித் துறை, ஐ.டி., இன்ஃப்ரா, ஆட்டோமொபைல், எஃப்.எம்.சி.ஜி. - இந்தத் துறைகளில் எவையெவை கான்ட்ரா பங்குகள் என்று கண்டுபிடியுங்கள். அதில் உங்களுக்குப் பிடித்த இரண்டு பங்குகளைப் தேர்ந்தெடுங்கள். அந்தப் பங்குகளின் விலையை அடுத்த ஓரிரு வருடங்களுக்கு கண்காணியுங்கள்.

நீண்டகால முதலீட்டாளர் என்றால், அந்தப் பங்கை உங்களது வீட்டைப்போல் எக்காலத்துக்கும் வைத்துக் கொள்ளுங்கள்! நீங்கள் புதிய முதலீட்டாளர் என்றால், நிஃப்டி மற்றும் சென்செக்ஸ் பங்குகளுக்குள் கான்ட்ரா தேடலை வைத்துக் கொள்ளுங்கள்.

இந்த முறையில் உள்ள ரிஸ்க் என்ன தெரியுமா?

எந்த ஒரு முதலீட்டு முறையையும் போல இந்த முதலீட்டு முறையிலும் ரிஸ்க் உள்ளது. நீங்கள் வாங்கிய பங்கு, இறங்கிக் கொண்டே சென்று கடலில் மூழ்கிவிடலாம். இந்தியா போன்ற வளரும் பொருளாதாரங்களில் பெரிய நிறுவனங்களுக்கு அது போன்ற மூழ்கும் ரிஸ்க் மிகக் குறைவு என்றாலும், எச்சரிக்கையுடன் செயல்படுவது நல்லது!

இதுபோன்ற பிரச்னைகளில் இருந்து உங்களைப் பாதுகாத்து கொள்வதற்கு, ஒரு பங்கின் கனம் உங்கள் போர்ட்ஃபோலியோவில் 5%-க்கு அதிகமாகாமல் பார்த்துக் கொள்ளுங்கள். ஒரு பங்கு நன்றாக அடிபடுவதற்கு முன்பே நுழைந்துவிடுவதற்கான வாய்ப்பு உள்ளது. எல்லோரும் லாபத்தை பார்த்துக்கொண்டு இருக்கும்போது, கான்ட்ரா முதலீட்டாளர் லாபம் காணாமல் போகக்கூடிய வாய்ப்பும் உண்டு.

கான்ட்ரா முதலீட்டாளர்கள் பயன்படுத்தும் கருவிகள் ஏதாவது உண்டா?

வேல்யூ முதலீட்டாளர்களைப் (Value Investors) போல, இவர்களும் குறைந்த பி/இ, குறைந்த புத்தக மதிப்பு போன்ற பங்குகளைத் தேடிப்பிடிப்பர். அதற்குமேல் மார்க்கெட் சென்டிமென்ட்டை (எல்லோரும் விற்கக் கூறும்போது வாங்குவதும், பிறகு நேர்மாறாகச் செயல்படுவதும்) பார்த்தும் முதலீடு செய்வர். இவற்றுக்கெல்லாம் மேலாக சந்தை ஏற்ற-இறக்கத்தைக் கணக்கிடக்கூடிய விக்ஸ் குறியீட்டையும் (India VIX - India Volatility Index) பார்த்து முதலீடு செய்வர்.

விக்ஸ் குறியீடு, ஏற்ற-இறக்கத்தை குறிப்பதால் சந்தை மிக வேகமாக இறங்கினாலோ அல்லது ஏறினாலோ இதன் அளவு அதிகரிக்கும். வாங்க, விற்க நினைப்பவர்கள் குறியீட்டை தங்களுக்குச் சாதகமாகப் பயன்படுத்திக்கொள்ள வேண்டும். ஆனாலும், 'விக்ஸ்' என்ற ஒரு குறியீட்டை மட்டுமே வைத்து முதலீட்டை முடிவு செய்துவிட முடியாது. அதையும் ஒரு கருவியாகப் பயன்படுத்திக்கொள்ள வேண்டும்.

12

பேஸிவ் இன்வெஸ்ட்டிங் முறை!

ஆங்கிலத்தில் 'ஆக்டிவ்' (Active) என்ற சொல்லுக்கு நேர் எதிர்மறைதான் 'பேஸிவ்' (Passive). 'பேஸிவ்' என்றால், துரிதமான செயல்பாடு இல்லாமல் இருப்பது என்று பொருள்.

'ஆக்டிவ்' முதலீட்டாளர் இன்கம் ஸ்டேட்மென்ட், பேலன்ஸ் ஷீட் என ஒவ்வொரு நிறுவனங்களின் நிதி அறிக்கைகளை ஆராய்ந்து, அந்த நிறுவனங்கள் செயல்படும் துறையின் செயல்பாட்டுடன், நாட்டின் பொருளாதாரத்தைப் பற்றியும் அறிந்து, பங்குகளை தேர்ந்தெடுப்பார்.

ஆனால் 'பேஸிவ்' முதலீட்டாளர்கள் இதற்கு நேரெதிர். நாட்டின் பொருளாதாரம் முன்னேற்றப் பாதையில் செல்கையில், பங்குச் சந்தை மொத்தமாக நன்றாகச் செயல்படும். அவ்வாறு செயல்படும்போது மொத்த பங்குச் சந்தையையே வாங்கினால் அதாவது நிஃப்டி அல்லது சென்செக்ஸ் குறியீடுகளில் முதலீடு

செய்வது நல்லது அல்லவா! அதை விட்டுவிட்டு ஏன் சின்னச் சின்ன விஷயங்களைப் பற்றிக் கவலைப்படுவானேன்? எஃப்பீஷியன்ட் மார்க்கெட் தியரி (Efficient Market Theory), 'சந்தையைவிட யாராலும் தொடர்ந்து அதிகமாக சம்பாதிக்க முடியாது' என்று கூறுகிறது. அதை ஒப்புக்கொள்கிறவர்களுக்கு, இந்த 'பேஸிவ் இன்வெஸ்ட்டிங் முறை' அருமையான ஒரு முதலீட்டு யுக்தி.

பேஸிவ் முதலீட்டு யுக்தி எவ்வாறு செயல்படுகிறது?

பொதுவாக பேஸிவ் இன்வெஸ்ட்டிங் என்பது, இண்டெக்ஸ் ஃபண்டுகள் அல்லது இண்டெக்ஸ் இ.டி.எஃப்-களில் முதலீடு செய்வதைக் குறிக்கும். உதாரணத்துக்கு, நிஃப்டி அல்லது சென்செக்ஸ் குறியீடுகளில் முதலீடு செய்வதுதான் பேஸிவ் இன்வெஸ்ட்டிங். இதைப்போல் இன்று இந்தியாவில் பலவிதமான குறியீடுகளில் முதலீடு செய்யலாம். இந்தியக் குறியீடுகள் மட்டுமல்லாமல், பல நாடுகளின் குறியீடுகளிலும் முதலீடு செய்வதற்கான வசதி வாய்ப்பு இன்று பெருகிக்கொண்டே வருகிறது.

இவ்வாறு செயல்படும் ஃபண்டுகள் அல்லது இ.டி.எஃப்-கள், குறிப்பிட்ட ஒரு குறியீட்டை அடிப்படையாகக் கொண்டு அந்தக் குறியீட்டின் கீழ் இருக்கும் அனைத்து பங்குகளிலும் அதே விகிதத்தில் முதலீடு செய்கின்றன. அவ்வாறு செய்யும்போது 'ட்ராக்கிங் எரர்' (Tracking Error) சிறிய அளவில் ஏற்படும். அந்த இண்டெக்ஸில் ஏதேனும் பங்குகள் மாற்றப்பட்டாலோ அல்லது சதவிகிதம் மாற்றப்பட்டாலோ, அந்த இண்டெக்ஸை டிராக் செய்யும் ஃபண்டுகளும் அதை அப்படியே மாற்றிக்கொள்ளும்.

குறியீடுகளில் முதலீடு செய்வதைத்தான் பெரும்பாலான பேஸிவ் இன்வெஸ்ட்டார்கள் செய்து வருகிறார்கள். ஆனால் இன்னும் சிலர், தாங்கள் ஒருமுறை தேர்ந்தெடுத்த பங்குகளை வாங்கி வைத்துவிட்டு மறந்துவிடுவார்கள் - அதை ஒரு சொத்தைப் போல நினைத்து! நீண்ட காலத்தில் எப்படியும் அந்தப் பங்குகள் லாபத்தைத் தந்துவிடும் என அவர்கள் உறுதியாக நினைப்பதே

வீட்டுப் பாடம்!

இந்தியாவில் இருக்கும் பல்வேறு இ.டி.எஃப்-களையும், இன்டெக்ஸ் ஃபண்டுகளையும் கண்டறிந்து, அவற்றின் ரிட்டர்ன்ஸை டாப் 10 மற்றும் பாட்டம் 10 மியூச்சுவல் ஃபண்ட் திட்டங்களுடன் ஒப்பிட்டுப் பார்க்கவும்.

அதற்கு காரணம். அதன் அடிப்படையில், இதுவரை இந்தியாவில் நல்ல பங்குகளை வாங்கியவர்கள் யாரும் ஏமாந்து போகவில்லை! நல்ல லாபத்தையே அடைந்துள்ளார்கள். இதுவும் ஒரு பேஸிவ் இன்வெஸ்ட்டிங் முறைதான்!

வேறு சிலரோ, சில குறிப்பிட்ட பங்குகளை ஒரு குறிப்பிட்ட இடைவெளியில் (எஸ்.ஐ.பி. போல) தொடர்ந்து வாங்கிக்கொண்டே இருப்பார்கள். சந்தையில் அந்தப் பங்கின் விலை ஏறி - இறங்கிக் கொண்டிருப்பது பற்றிக் கவலைப்பட மாட்டார்கள். இவர்களும் ஒருவகையில் பேஸிவ் இன்வெஸ்ட்டார்களே!

வாரன் பஃபட் போன்றோர், பங்குச் சந்தை பற்றி அதிகம் தெரியாதவர்களுக்கு இண்டெக்ஸ் ஃபண்ட் போன்ற பேஸிவ் இன்வெஸ்ட்டிங் முறையே மிகவும் சிறந்தது என்று கூறுகிறார்கள்.

பேஸிவ் இன்வெஸ்ட்டிங்கை பலரும் விரும்புவதன் நோக்கம் என்ன?

பேஸிவ் முதலீட்டில் பெரிய பிளஸ் பாயின்ட், குறைந்த ஃபண்ட் செலவாகும். இந்தியாவில் ஆக்டிவ்வாக மேனேஜ் செய்யப்படும் பல ஃபண்டுகளின் 'எக்ஸ்பன்ஸ் ரேஷியோ' அதிகபட்சமாக ஆண்டுக்கு 2.25% ஆகும். அதே சமயத்தில் பல இண்டெக்ஸ் ஃபண்டுகள் மற்றும் இ.டி.எஃப்-களின் 'எக்ஸ்பன்ஸ் ரேஷியோ' அதிகபட்சமாக 1% ஆகும். இந்த 'எக்ஸ்பன்ஸ் ரேஷியோ'வில் மீதமாகும் தொகையே நீண்டகால அடிப்படையில் முதலீட்டாளர்களுக்கு லாபத்தை அள்ளித் தரும்.

ஒரு இண்டெக்ஸை வாங்குவதால் நல்ல டைவர்ஸிபிகேஷன் கிடைக்கும். அதற்குமேல் டென்ஷனும் குறையும். சந்தை ஏறினாலும், இறங்கினாலும் உங்களது முதலீடும் அதே அளவில் ஏற்ற-இறக்கத்தைக் காணும்.

மேலும், பேஸிவ் முதலீட்டாளர்கள் பெரும்பாலும் நீண்டகால முதலீட்டாளர்களே! ஆகவே, மூலதன ஆதாய வரி எதுவும் கட்ட வேண்டியதில்லை. குறுகியகால முதலீட்டாளர்கள் இந்தியாவில் கேப்பிட்டல் கெயின்ஸ் டாக்ஸாக லாபத்தில் 15% செலுத்த வேண்டும். ஆகவே, அதுவும் ஒரு பெரிய மிச்சம். இதையெல்லாம்விட பெரிய மிச்சம் குறைந்த புரோக்கரேஜ் செலுத்துவதுதான்! பேஸிவ் இன்வெஸ்ட்டார் என்பதால் அடிக்கடி வாங்கி, விற்க மாட்டீர்கள் அல்லவா! பேஸிவ் இன்வெஸ்ட்டிங்கில் ஃபண்ட் மேனேஜரின் திறமையைப் பற்றி கவலைப்படத் தேவையில்லை.

பேஸிவ் இன்வெஸ்ட்டிங்கில் தீமை ஏதும் உள்ளதா?

இண்டெக்ஸில் இடம் பெற்றிருக்கும் ஓரிரு துறைகளோ அல்லது ஓரிரு பங்குகளோ உங்களுக்குப் பிடிக்காமல் இருக்கலாம். ஆனால், இண்டெக்ஸை மொத்தமாக வாங்குவதால், நீங்கள் அவற்றையும் சேர்த்தே வாங்க வேண்டும்! தவிர, இந்திய சந்தை இன்னும் முழுத்திறனோடு செயல்படத் தொடங்கவில்லை. எனவே, ஆக்டிவ்-ஆகச் செயல்படும் ஃபண்டுகளும் முதலீட்டாளர்களும் பேஸிவ் முதலீட்டாளர்களைவிட நன்றாகவே சம்பாதித்துள்ளனர்.

அமெரிக்காவில் செயல்படும் மிகப் பெரிய மியூச்சுவல் ஃபண்ட் திட்டங்கள்/இ.டி.எஃப்-கள் சில, பேஸிவ் இன்வெஸ்ட்டிங் முறையில்தான் செயல்படுகின்றன. இந்த பேஸிவ் இன்வெஸ்ட்டிங்கின் மார்க்கெட் சைஸ், அமெரிக்காவில் மட்டும் பல நூறு பில்லியன் டாலர்கள். உலக அளவில் எஸ் அண்ட் பி-இ அடிப்படையாகக் கொண்ட ஸ்பைடர்ஸ் (SPDRs - Spiders), எம்.எஸ்.சி.ஐ. குறியீட்டை அடிப்படையாகக் கொண்ட ஐஷேர்ஸ் (iShares), நாஸ்டாக்-100-ஐ அடிப்படையாகக் கொண்ட QQQQ, ஹேங் சேங் குறியீட்டை அடிப்படையாகக் கொண்ட ட்ரேக்ஸ் (TRAHK - Tracks) போன்றவை பேஸிவ் இன்வெஸ்ட்டிங் முறையில் பிரசித்தம்.

சரி, எனக்கு எது சரிப்பட்டு வரும்? ஆக்டிவ்வா... அல்லது பேஸிவா... என்கிறீர்களா?

பேஸிவ் இன்வெஸ்ட்டிங் எதை அடிப்படையாகக் கொண்டு உள்ளதோ (உதாரணத்துக்கு நிஃப்டி 50 பங்கு குறியீட்டை அடிப்படையாகக் கொண்டுள்ள இ.டி.எஃப்.) அந்தப் பொருள் ஏறும் அளவுக்கு, எனக்குக் கிடைக்கும் வருமானமும் இருந்தால் போதுமானது - கூடவோ குறையவோ வேண்டாம் என்று நினைப்பவர்கள், நேரம் அதிகமில்லாதவர்கள், பங்குச் சந்தை குறித்து அதிகம் தெரியாதவர்கள், அலுத்துக்கொள்ளாமல் முதலீடு செய்பவர்கள், சந்தையில் உடனே நுழைய வேண்டிய நிர்ப்பந்தம் உள்ளவர்களுக்கு 'பேஸிவ் இன்வெஸ்ட்டிங்' சிறந்தது.

அதிக நேரத்தைச் செலவிட முடிந்தவர்கள், பங்குச் சந்தை விஷயங்களை நன்கு அறிந்தவர்கள், என்னால் சந்தையின் வருமானத்தைவிட அதிகமாகச் சம்பாதிக்க முடியும் என நினைப்பவர்கள், ரிஸ்க் எடுக்கத் தயாராக உள்ளவர்கள் 'ஆக்டிவ் இன்வெஸ்டிங்' வகையினர்.

13

எந்த முதலீட்டு யுக்தி சிறந்தது?

முதலீட்டு யுக்திகளைப் பொறுத்தவரை ஓர் உண்மையை நாம் தெரிந்துகொள்ள வேண்டும். எல்லா முதலீட்டு யுக்திகளும் எல்லோருக்கும் பொருந்தாது. சில யுக்திகள், சிலருக்கு பொருந்தும்; சிலருக்கு பொருந்தாது. தங்களுக்கு எந்த வகையான முதலீட்டு யுக்திகள் சிறந்தது என்று ஒவ்வொருவரும் ஆராய்ந்து அறிந்து, அதைத் தேர்வு செய்துகொள்ள வேண்டும்.

நாம் இதுவரை கண்ட அனைத்துமே நீண்டகால முதலீட்டாளர்களுக்கான முதலீட்டு யுக்திகளே. குறுகிய காலத்தில் டிரேட் செய்பவர்களுக்கு மெக்கானிக்கல் டிரேடிங், மொமண்டம் டிரேடிங், ஸ்விங் டிரேடிங் என பல வகையான டிரேடிங் யுக்திகள் உள்ளன. ஆனால், இவை எல்லாம் நீண்டகால நோக்கில் முதலீடு செய்ய நினைக்கும் முதலீட்டாளர்களுக்கு கொஞ்சம் அதிகப்படியான சமாசாரமே.

ஒரு பங்கை சரியாக மதிப்பிடத் தெரிந்தால் போதும்; பங்குச் சந்தையில் நீங்கள் பணத்தைக் குவிப்பது உறுதி. ஆனால், பங்கை எப்படி மதிப்பிடுவது? இரண்டு வகைகளில் பங்கை மதிப்பிடலாம். ஒன்று, ஃபண்டமென்டல் (Fundamental); மற்றொன்று டெக்னிக்கல்.

புதிதாக சந்தையில் நுழைபவர்கள் பலர் டெக்னிக்கல் அனாலிஸிஸை டி.வி-யிலும் பத்திரிகைகளிலும் பார்த்து, பங்குச் சந்தையில் பணத்தைப் போட்டால் நன்றாகச் சம்பாதித்துவிடலாம் என்று நினைத்து நுழைகிறார்கள். ஓரிரு தடவை பெரிய இழப்புகள் ஏற்படவும், இது ஒரு சூதாட்டம் என்று நினைத்து பங்கு முதலீட்டை விட்டே அடியோடு வெளியேறி விடுகிறார்கள். இன்னும் சிலரோ, எவ்வாறு பங்குகளைத் தேர்ந்தெடுப்பது, டெக்னிக்கலா அல்லது ஃபண்டமெண்டலா - எந்த வழி சிறந்த வழி என்ற குழப்பத்திலேயே இருக்கிறார்கள்.

உங்களுக்கும் இது மாதிரியான குழப்பம் இருக்கிறது என்றால் இதோ என் கருத்து:

“பங்கு முதலீட்டுக்குச் சிறந்த வழி என்பது, ஒரு நிறுவனத்தின் ஃபண்டமெண்டல்ஸைப் பார்த்துச் செய்வதுதான். ஒரு குழந்தையை நாம் எல்.கே.ஜி-யில் படிக்கச் சேர்க்கிறோம். அந்தக் குழந்தை பதினேழு பதினெட்டு ஆண்டுகள் பள்ளி மற்றும் கல்லூரியில் படித்து தேர்ச்சி பெற்ற பிறகுதான் நல்ல ஒரு வேலைக்குப் போகிறது. அதுவரை பெற்றோர்களாகிய நாம் பொறுமையாக இருக்கிறோம். இந்தக் காலகட்டத்துக்குள் நம் குடும்பத்தில் பலவிதமான கஷ்டங்கள் வந்தாலும், அதை எல்லாம் தாங்கிக் கொண்டு, குழந்தையைப் படிக்க வைக்கிறோம்.

ஆனால், இந்தப் பொறுமை இல்லாமல், குழந்தை பள்ளியில் படிக்கும்போதோ அல்லது கல்லூரியில் படிக்கும்போதோ நிறுத்திவிட்டால், அந்தக் குழந்தைக்கு என்ன வேலை கிடைக்கும் என்பது நமக்கே தெரியும். குழந்தையைப் போன்றதுதான் முதலீடும். திடீரென்று வாங்குவது, திடீரென்று விற்பது கூடவே கூடாது. எனவே, டெக்னிக்கலைப் பற்றி நீண்டகால முதலீட்டாளர்கள் கவலைப்பட வேண்டியதில்லை” என்பதே என் கருத்து.

ஆகவே, ஃபண்டமென்டல் அனாலிசிஸ்-ல் நாம் கற்றுக் கொள்ள வேண்டிய வெவ்வேறு விதமான அளவுகோல்களைப் பற்றி இனி விரிவாகக் காண்போம்...

பொருளாதாரம்:

நிறைய பணத்தை ஒரே முறையில் முதலீடு செய்ய நினைப்பவர்களுக்கு முக்கியமான அளவுகோல், பொருளாதாரத்தின் நாடித்துடிப்புகளாக விளங்கும் ஜி.டி.பி. வளர்ச்சி, பணவீக்கம், வட்டி விகிதம், வேலை இல்லாதோர் எண்ணிக்கை போன்றவைதான். உதாரணமாக, வட்டி விகிதம்

வீட்டுப் பாடம்!

இந்தியப் பொருளாதாரத்தின் கடந்த ஆண்டு ஜி.டி.பி. வளர்ச்சி, தற்போதைய பணவீக்கம் (ரீடெய்ல் மற்றும் ஹோல்சேல்), இந்திய அரசாங்கத்தின் 10 வருட கடன்பத்திரங்களின் வட்டி விகிதம் போன்றவற்றை வலைதளம் மூலம் கண்டறியுங்கள். மேலும், இன்றைய சூழ்நிலையில் முதலீட்டுக்கு ஏற்றது என நீங்கள் நினைக்கும் இரண்டு துறைகளைத் தேர்ந்தெடுத்து அந்தத் துறைகளின் வாய்ப்புகள், பலம், பலவீனம், பயங்கள் போன்றவற்றை அலசி ஒரு குறிப்பு எடுங்கள்.

உயர்ந்தால் பங்குச் சந்தை இறங்கும். இந்த மாற்றத்தால் நம் லாபம் குறையும் என்று பங்குச் சந்தை முதலீட்டாளர்கள் நினைப்பதே இதற்குக் காரணம். ஆனால், இந்தியா போன்ற பெரிய பொருளாதாரங்களில் வட்டி விகிதம் ஏறுவதும் இறங்குவதுமாகவே இருக்கிறது. ஆகவே, ஒவ்வொரு முறையும் வட்டி விகிதம் ஏறி, பங்குச் சந்தை சரிவதை நல்ல வாய்ப்பாக நினைத்து, முதலீடு செய்யலாம்.

இதுபோன்ற பல காரணங்களால் பங்குச் சந்தை 2008-ம் ஆண்டு விழுந்தது. இப்படிப்பட்ட சந்தர்ப்பங்கள் எப்போதாவது வர வாய்ப்புள்ளது. இதுபோன்ற சமயங்களில் புதிதாக முதலீடு செய்வதன் மூலம் முதலீட்டாளர்கள் தங்களுக்கு சாதகமான பலனை உருவாக்கிக் கொள்ளலாம். ஆனால், இப்படி முதலீடு செய்ய விரும்பும் முதலீட்டாளர்கள், பணம் அதிகமாக வைத்திருக்க வேண்டும். 'கேஷ் இஸ் த கிங்' (Cash is the King) என்று ஆங்கிலத்தில் கூறுவார்கள். அவ்வாறு வைத்திருக்கும் பணத்தையும் நல்ல தரமான டெபாசிட்டுகளில் / அரசாங்க பத்திரங்களில் வைத்திருக்க வேண்டும்.

வாரன் பஃபெட் போன்ற முதலீட்டாளர்களின் வெற்றியின் ரகசியம் இதுதான். சரியான சந்தர்ப்பம் கிடைக்கும்போது உடனே முதலீடு செய்ய ஏதுவாக பணத்தை ரெடியாக வைத்திருப்பார். எல்லோரும் அலறி அடித்துக்கொண்டு விற்கும்போது அவர் மட்டுமே நம்பிக்கையோடு பணத்தை முதலீடு செய்வார். அதன் விளைவுதான், உலகின் நம்பர் 2 பணக்காரர் என்கிற பெருமை.

துறையின் நிகழ்காலம், எதிர்காலம்:

நீங்கள் வாங்க விரும்பும் நிறுவனம் இருக்கும் துறையின் நிகழ்காலம், எதிர்காலம் எவ்வாறு உள்ளது என்பதை அலசி ஆராயுங்கள். அந்தத் துறையின் வளர்ச்சி, பலம், பலவீனம் போன்றவற்றை அறிந்துகொள்ளுங்கள். அதிவேக வளர்ச்சியுள்ள துறையா அல்லது அதிக கேஷ் ஃப்ளோ உள்ள துறையா என்பதைக் கண்டறியுங்கள்.

புதிய பொருளாதார நிறுவனங்கள் (நம் நாட்டில் எஸ்.கே. எஸ். மைக்ரோ ஃபைனான்ஸ்) அவ்வப்போது திடீரென்று எழுந்து வரும். அந்தத் துறையின் எதிர்காலம் சூரியன் போல பிரகாசிக்கும் என்று கூறுவார்கள். எந்தத் துறையில் அதிக வாய்ப்புகள் இருக்கிறதோ, எந்தத் துறையில் அதிக வளர்ச்சி

இருக்கிறதோ, எந்தத் துறை புதிய பொருளாதாரமாக உருவெடுக்கிறதோ அந்தத் துறையில் அதிக ரிஸ்க்கும் இருக்கிறது என்பதை மனதில் கொண்டு செயல்படுங்கள்.

வேல்யூ இன்வெஸ்ட்டார்கள் இதுபோன்ற அதிக வளர்ச்சியுள்ள அல்லது புதிய பொருளாதார நிறுவனங்களில் முதலீடு செய்ய அஞ்சுவர். அதே சமயத்தில், சீரான வளர்ச்சியில் உள்ள பழைய பொருளாதார துறைகளைப் பற்றி ஈஸியாக அலசி ஆராய முடியும். ஏனென்றால், அந்தத் துறையைப் பற்றிய புள்ளிவிவரங்கள் எளிதில் கிடைக்கும். தவிர, நம்மால் பழைய அனுபவத்தை வைத்து ஆராயவும் முடியும்.

சில துறைகள், சில சமயங்களில் அதலபாதாளத்தில் அடிபட்டுக் கிடக்கும். எல்லாத் துறைகளும் ஒரே மாதிரியாக வளராது. சில சமயங்களில் மருந்து துறை மந்தமாக இருக்கும், இன்னும் சில சமயங்களில் எஃப்.எம்.சி.ஜி. (FMCG - Fast Moving Consumer Goods) துறை மந்தமாக இருக்கும். வேறு சில தருணங்களிலோ இன்ப்ஃராஸ்ட்ரக்சர் துறை மந்தமாக இருக்கும். அதுபோன்ற சமயங்களில் அந்தத் துறையில் உள்ள சிறந்த நிறுவனங்களின் பங்குகளை வாங்கிச் சேர்ப்பது நீண்டகால முதலீட்டாளர்களுக்கு நன்மை பயக்கும்.

நீங்கள் முதலீடு செய்யப்போகும் துறையைப் பற்றிய பரிச்சயம் உங்களுக்கு எவ்வளவு உள்ளது என்று பாருங்கள். ஒரு துறையைப் பற்றிய பரிச்சயம் இருக்கும்போது அந்த நிறுவனத்தின் பலம்/பலவீனம்/நிதி நிலைமை போன்றவற்றை ஆராய்வது ஈஸியாக இருக்கும். சுருக்கமாகச் சொல்லப்போனால் உங்களுக்குத் தெரிந்த/புரிந்துகொள்ளக்கூடிய துறைகளில் முதலீடு செய்வதே நல்லது.

14

நிர்வாகத்தைக் கவனிங்க!

சிறந்த பங்கைத் தேர்வு செய்வதற்கான அளவுகோல்கள் பல உள்ளன. அவற்றுள் முக்கியமானது, மேனேஜ்மென்ட் அல்லது நிர்வாகத்தின் தரம். அதைப் பற்றி பார்க்கலாம்..

நிர்வாகத்தின் தரம்:

பொருளாதாரம் மற்றும் துறைகளை அலசிய பிறகு, ஒரு பங்கை வாங்குவதற்குத் தேவைப்படும் முக்கியமான அம்சம், நிர்வாகத்தின் நம்பகத்தன்மை, திறமை மற்றும் நியாயமான நடத்தை. ஒரு நாட்டுக்கு 'அரசாங்கம்' எவ்வளவு முக்கியமோ, ஒரு வீட்டுக்கு 'தலைவர்' எவ்வளவு முக்கியமோ, ஒரு வகுப்புக்கு 'ஆசிரியர்' எவ்வளவு முக்கியமோ, ஒரு நிறுவனத்துக்கு அதன் 'நிர்வாகம்' அவ்வளவு முக்கியம்.

சரி, 'நிர்வாகம்' என்று யாரைக் கூறுகிறோம்?

சுருக்கமாகச் சொல்லப்போனால், ஒரு நிறுவனத்தை வழிநடத்திச் செல்லும் முக்கிய

அணிதான் 'நிர்வாகம்.' குறிப்பாகச் சொல்ல வேண்டுமென்றால், புரமோட்டர், சேர்மன், போர்டு ஆஃப் டைரக்டர்ஸ், சி.இ.ஓ. அல்லது மேனேஜிங் டைரக்டர் மற்றும் முக்கிய பொறுப்பு வகிப்பவர்களைக் கூறலாம்.

தரமான நிர்வாகம், தங்களுக்கென்று நல்ல கொள்கைகள் சிலவற்றை விடாப்பிடியாக வைத்திருப்பார்கள். அவற்றுள் முக்கியமானவை: உன்னதமான வாடிக்கையாளர் சேவை, வரி ஏய்ப்பு செய்யாமல் இருத்தல், தயாரிக்கும் பொருட்களின் தரத்துக்கு முதலிடம், தலையே போனாலும் லஞ்சம் கொடுக்காமல் இருத்தல், சட்டத்துக்கு மேல் ஒருபடி சென்று நியாயத்துக்கு முதலிடம் கொடுத்தல், ஊழியர்களின் நலன் கருதுதல், தங்களுக்கென்று அநியாயமான சம்பளம் எடுத்துக் கொள்ளாமல் இருத்தல்... என்று அடுக்கிக்கொண்டே செல்லலாம்.

'நிர்வாகத்தின் தரம்' என்ற ஓர் அளவுகோலை அப்ளை செய்தாலே போதும் - இந்தியாவில் பல நிறுவனங்களை ஒதுக்கிவிடுவீர்கள் என்பது உறுதி. அந்த அளவுக்கு நிர்வாகத்தின் தரத்துக்கு நம் நாட்டில் பஞ்சம் உள்ளது. ரியல் எஸ்டேட் போன்ற துறைகளில் முதலீட்டாளர்கள் நுழையாமல் இருப்பதற்கு இதுவே முதல் காரணம்.

டாடா குழும நிறுவனங்கள், ஹெச்.டி.எஃப்.சி. குழுமம், இன்போஃஸிஸ், மஹிந்திரா அண்ட் மஹிந்திரா மற்றும் பல பொதுத் துறை நிறுவனங்கள் தலை நிமிர்ந்து நிற்பதற்கு காரணம், அவை மக்களிடத்தில் பெற்றுள்ள அசராத நம்பிக்கைதான்!

டாடா போன்ற நிறுவனங்கள் லஞ்சம் கொடுக்காமல் இருப்பதற்காக சில துறைகளில் நுழையாமல் போனதும் உண்டு. நமது தென் தமிழ்நாட்டில் டாடா குழுமம் ஏன் ஒரு தொழிற்சாலையை தொடங்கவில்லை? காரணம், அநியாயமான ரியல் எஸ்டேட் விலை. ஹெச்.டி.எஃப்.சி. குழுமத்தின் பங்குகள் சந்தையில் எப்போதும் அதிக விலையில் விற்பதற்கு ஒரு காரணம், அந்த நிர்வாகத்தின் தரம் மற்றும் வெளிப்படைத்தன்மை.

பங்குகளைத் தேர்வு செய்யும்போது நாம் ஏன் நிர்வாகத்துக்கு இவ்வளவு முக்கியத்துவம் கொடுக்க வேண்டும்? ஓர் அரசாங்கம்

ஷேர் மார்க்கெட் - A to Z

சரியில்லாவிடில் அந்த நாட்டு மக்கள் மட்டுமல்லாது பக்கத்து நாட்டு மக்களும் அவதிப்படுவார்கள். அதேபோலத்தான் நிர்வாக விஷயமும். நிர்வாகத்தின் தவறான அணுகுமுறையால், முதலீட்டாளர்கள் தங்களுடைய முதலீடு முழுவதையும்கூட இழக்கக்கூடும். பின்னணி தெரியாத அல்லது நம்பகத்தன்மை இல்லாத புரமோட்டர்கள், நிர்வாகத்தினரால் இந்திய முதலீட்டாளர்கள் இதுவரை இழந்துள்ளது எத்தனையோ கோடி!

'தி இன்டெலிஜென்ட் இன்வெஸ்டார்' புத்தகத்தில் பெஞ்சமின் கிரஹாம் 'முதலீடு' என்பதை இவ்வாறு விவரிக்கிறார்: 'முதலீடு என்பது, அசலைப் பாதுகாக்கக்கூடியதாகவும் போதுமான அளவு வருமானத்தைத் தரக்கூடியதாகவும் இருக்க வேண்டும். இந்த வரையறைக்குள் வராததவை சூதாட்டம் எனப்படும்.'

நமது முதலீடு (அசல்) எப்போது பாதுகாப்பாக இருக்கும்? அதற்கு முக்கியக் காரணி எது? என்று அலசினால், சந்தேகம் இல்லாமல் கிடைக்கும் விடை, 'தரமான நிர்வாகம்' என்பதே.

'தரமான நிர்வாகம் என்று சொல்கிறீர்களே? நானோ சிறிய முதலீட்டாளர். நான் எவ்வாறு ஒரு நிறுவனத்தின் நிர்வாகம் தரமானதா/தரமற்றதா என்று கண்டுபிடிக்க முடியும்?' என்ற கேள்வி உங்களுக்குள் எழலாம்.

உதாரணத்துக்கு, நீங்கள் ஒரு தமிழர். தமிழ்நாட்டில் பல காலம் வசித்துள்ளீர்கள். உங்களது அப்பா அல்லது அம்மா நீண்டகாலமாக சுந்தரம் ஃபைனான்ஸ் நிறுவனத்தில் பணத்தை டெபாசிட் செய்து மாதா மாதம் வட்டி பெற்றுக்கொண்டு இருந்ததும், அந்த வட்டி அந்த நிறுவனம் சொன்னதுபோல் மாதம் தோறும் தவறாமல் உரிய தேதியில் உங்களது பெற்றோருக்குக் கிடைத்ததும் உங்களுக்குத் தெரியும். அவர்களின் கஸ்டமர் சேவை உன்னதம் என்பதும் உங்களுக்குத் தெரியும். மேலும், பல நிதி நிறுவனங்கள் தமிழ்நாட்டிலும் பிற மாநிலங்களிலும் மோசடி செய்து டெபாசிட்தாரர்கள் தங்களது அசலை இழந்தபோதும், சுந்தரம் ஃபைனான்ஸ் டெபாசிட்தாரர்கள் தங்களது பணத்தை ஒருபோதும் இழக்கவில்லை என்பதும் உங்களுக்குத் தெரியும்.

இவற்றையெல்லாம் வைத்து சுந்தரம் ஃபைனான்ஸ் தரமான ஒரு நிறுவனம் என்பதை நீங்கள் முடிவு செய்து கொள்ளலாம்

அல்லவா? இதேபோல் உங்கள் அனுபவத்தின் மூலம், நீங்கள் ஒரு நிறுவனத்தின் தரம் பற்றி தெரிந்துகொள்ளலாம்.

பொதுவாக, பங்குச் சந்தையில் தரமான நிர்வாகம் கொண்ட நிறுவனங்களின் பங்குகளின் விலை அதன் போட்டி நிறுவனப் பங்குடன் ஒப்பிடுகையில், அதிக பிரீமியத்திலேயே விற்பனையாகும். அதாவது, அதிக விலையில் விற்பனையாகும்!

ஒரு நிர்வாகத்தின் தரத்தை ஆராய்வதற்கு குறைந்தபட்ச ஃபில்டர்களாக கீழே கொடுக்கப்பட்டுள்ள புள்ளிகளை எடுத்துக் கொள்ளலாம்:

1. நிறுவனம் மற்றும் அதன் நிர்வாக டீம் எவ்வளவு நாட்களாக அந்தத் தொழிலில் உள்ளார்கள்? 20 - 25 வருடங்களா? அல்லது அதற்கும் மேலா? அதிக காலம் இருப்பது நல்லது!

2. டெபாசிட்தாரர்களை, பாண்டு (Bond) வைத்திருப்பவர்களை, பங்குதாரர்களை அந்த நிறுவனம் இதுவரை ஏமாற்றியுள்ளதா?

3. புரமோட்டர்கள் அல்லது நிர்வாகத்தினர் லஞ்சம், ஊழலில் இதுவரை ஈடுபட்டுள்ளதாக ஏதேனும் செய்திகள் வந்துள்ளதா?

4. நிறுவனமோ, புரமோட்டர்களோ, மேனேஜ்மென்ட்டோ அரசாங்கத்திடமோ, அதன் சார்பு நிறுவனங்களிடமோ அல்லது பொதுமக்களிடமோ சர்ச்சைக்கு ஆளாகி இருக்கிறதா?

5. தங்களுடைய பங்குகளை சில ஸ்பெக்குலேட்டர்கள் மூலம் வாங்கி விற்பது (பங்கு விலையில் ஏற்ற-இறக்கத்தை உண்டு பண்ணுவதற்காக) போன்ற நடவடிக்கையில் ஈடுபட்டுள்ளார்களா?

6. சட்டத்தை முற்றிலுமாக மதித்து அதற்கு மேலும் நியாயத்துடன் செயல்படும் நிர்வாகமா?

7. தங்களுடைய ஊழியர்களை மதித்து, அவர்கள் விசுவாசத்துடன் இருக்க போதிய வசதி வாய்ப்புகளை செய்து கொடுத்திருக்கிறதா?

வீட்டுப் பாடம்!

திறமையான நிர்வாகத்தின் முக்கிய குணங்களாக நீங்கள் நினைப்பது என்னென்ன என்று சிறு குறிப்பு எடுங்கள். மேலும், நிஃப்டி-50 கம்பெனிகளில், சிறந்த நிர்வாகம் கொண்ட நிறுவனங்கள் என நீங்கள் எண்ணும் 5 கம்பெனிகளை குறித்துக் கொள்ளுங்கள். இந்த 5 கம்பெனிகளும் அதே துறையில் உள்ள மற்ற நிறுவனங்களைவிட கடந்த 1, 3, 5 ஆண்டுகளில் எந்த அளவுக்கு அதிக லாபம் தந்திருக்கிறது என்று பாருங்கள்.

8. வாடிக்கையாளர்களை சொத்தாக நினைத்து சேவை புரியும் நிர்வாகமா?

9. செய்யும் தொழிலை தெய்வமாக நினைத்து அதைத் திறம்பட செய்யும் நிர்வாகமா?

10. நிர்வாகம் சொல்வதும் செய்வதும் ஒன்றாக இருக்கிறதா?

11. பங்குதாரர்களுக்கு சேவை மற்றும் பலன் நன்றாக உள்ளதா?

இதுபோல் எத்தனையோ ஃபில்டர்களை வைத்து நீங்களும் மேனேஜ்மென்டின் தரத்தை ஆராயலாம். இது ஒரு முடிவல்ல; ஆரம்பமே...

நீங்கள் முக்கியமாகக் கருதும் வேறு சில விஷயங்களையும் இந்தப் பட்டியலில் சேர்த்துக்கொள்ளவும். மொத்தத்தில், பங்கில் முதலீடு செய்யுமுன் அந்த நிர்வாகத்தின் தரத்துக்கு உங்களது தராசு அதிகமாகச் சாயட்டும்.

15

ஃபண்டமென்ட்டல்: இன்னும் கவனிக்க வேண்டியவை!

நல்ல பங்கைத் தேர்வு செய்வதற்காக நிர்வாகத்தின் தரத்தைப் பார்க்கிற அதே நேரத்தில், வேறு என்னென்ன விஷயங்களையும் கவனிக்க வேண்டும் என்பதை இப்போது பார்ப்போம்.

நிறுவனத்தின் வயது:

ஒரு நிறுவனத்துக்கு நெடிய வரலாறு இருப்பது நல்லது. நீண்ட வரலாறு கொண்ட நிறுவனங்களுக்கு பல்வேறு ஏற்ற-இறக்கங்களைச் சந்தித்த அனுபவம் இருக்கும். எந்த விஷயத்தை எப்படித் தீர்ப்பது என்று அதற்குத் தெரிந்திருக்கும். இனிவரும் காலத்தில் திடீரென பொருளாதார ஏற்றத்தாழ்வு வந்தால், அதை எப்படிச் சமாளிப்பது என்கிற அனுபவமும் அதற்கு இருக்கும்.

அந்த வகையில் அந்த நிறுவனத்தின் மேனேஜ்மென்ட்டைப் பற்றி, புரமோட்டர்கள் பற்றி, அந்த நிறுவனம் தயாரிக்கும் பொருட்கள்

பற்றி, அதன் தரத்தைப் பற்றி, வாடிக்கையாளர் சேவையைப் பற்றி, முதலீட்டாளர் சேவையைப் பற்றி... என பலவற்றையும் அறிந்துகொள்ள உதவும்.

அதிக வரலாறு இல்லாத புதிய நிறுவனங்களை விட்டு கொஞ்சம் தள்ளி இருப்பதே நல்லது. புதிய நிறுவனப் பங்குகளை வாங்குவதில் ரிஸ்க் அதிகமாக இருக்கும். இளவட்டங்கள் எப்போதும் அதிரடியாக இருப்பார்கள். ஆனால், அதிரடியாக இருந்தாலே வெற்றி கிடைத்துவிடும் என்று சொல்ல முடியாது. வெற்றிக்குத் தேவை வேகத்துடன் கூடிய விவேகம்.

நீண்ட வரலாறு கொண்ட நிறுவனங்கள், எத்தனை ஆண்டுகளுக்கு முன்பு தொடங்கப்பட்டவையாக இருக்க வேண்டும்?

இதற்கென குறிப்பிட்ட வரையறை ஒன்றும் கிடையாது. எவ்வளவு அதிகமாக இருக்க முடியுமோ, அவ்வளவு நல்லது. குறைந்தபட்சம் இருபது இருபத்தைந்து வருடங்களுக்கு முன்பு தொடங்கப்பட்ட நிறுவனமாக இருந்தால் நல்லது.

பொருட்களின் தரம்:

ஒரு பங்கை நீண்ட காலத்துக்கு நாம் வாங்கி வைத்திருக்கத் தயாராக இருக்கும்போது, அந்த நிறுவனம் தயாரிக்கும் பொருட்களின் தரம் பற்றி அறிவதும் முக்கியம். 'இன்றைய தினத்தில் அனைத்து நிறுவனங்களுமே தரமான பொருட்களைத்தானே தயாரிக்கிறார்கள்?' என்று நீங்கள் கேட்கலாம்.

நீங்கள், 'அனைத்து நிறுவனங்கள்' என்று குறிப்பிடுவது ஐ.டி.சி-யாக இருக்கலாம் அல்லது பிரிட்டானியாவாக இருக்கலாம் அல்லது கோத்ரெஜ் நிறுவனமாக இருக்கலாம். இது மாதிரி மிகச் சில நிறுவனங்களின் பொருட்களையே நாம் வாங்கிப் பயன்படுத்துகிறோம். ஆனால், பெரும்பாலான நேரங்களில் பல நிறுவனங்கள் தயார் செய்யும் பொருட்களின் தரத்தை நம்மால் நேரடியாக வாங்கித் தெரிந்துகொள்ள முடிவதில்லை.

இந்த பிரச்னைக்கு ஒரே வழி, ஒவ்வொரு நிறுவனங்கள் தயாரிக்கும் பொருட்களின் விற்பனை பற்றி நமக்குத் தெரிந்த வகையில் கேட்டும் படித்தும் அறிந்துகொள்வதே.

நிறுவனங்கள் தயார் செய்யும் பொருட்கள் தரமாக இருப்பின், அந்த நிறுவனத்தின் பொருட்கள் எப்போதும் டிமாண்ட்-ஆக இருக்கும். அதனால் உங்கள் முதலீடும் பாதுகாப்பாக இருந்து வளரச் செய்யும்.

பொருட்களின் அவசியம்:

நீங்கள் வாங்கும் பங்கு நிறுவனங்கள், எந்த விதமான பொருட்களைத் தயாரிக்கின்றன என்பதைக் காணுங்கள். தினம் தினம் தேவைப்படக்கூடிய பால், மின்சாரம், மருந்துகள், போக்குவரத்து, சாலைகள் போன்றவற்றில் ஈடுபட்டுள்ளனவா அல்லது சொகுசு கார்கள், சொகுசு எலெக்ட்ரானிக் சாதனங்கள் போன்றவற்றைத் தயாரிக்கின்றனவா என்று பாருங்கள்.

வேல்யூ இன்வெஸ்ட்டர்கள், தினசரித் தேவைகளைப் பூர்த்தி செய்யக்கூடிய நிறுவனப் பங்குகளை நாடிச் செல்வர். அப்படிப்பட்ட பங்குகள் பாதுகாப்பானதும்கூட. அவசியத் தேவைகளைப் பூர்த்தி செய்யக்கூடிய நிறுவனங்களின் பணவரத்து (Cash flow) தொடர்ந்து நன்றாக இருக்கும். சொகுசுப் பொருட்களைத் தயாரிக்கும் நிறுவனங்களின் விற்பனை, பொருளாதாரத்தைப் பொறுத்து ஏற்ற-இறக்கம் அதிகமாக இருக்கும்.

ஃபோகஸ் செய்யும் செக்மென்ட்:

நீங்கள் பங்குகளை வாங்கப் போகும் நிறுவனத்தின் பொருட்கள் எந்த வர்க்கத்து மக்களுக்காகத் தயாரிக்கப்படுகின்றன என்று அலசுங்கள். ஐ.டி.சி., பிரிட்டானியா போல அனைத்து தர மக்களுக்குமானதைத் தயாரிக்கிறார்களா அல்லது ஓபராய் ஓட்டல்ஸ் போன்று உயர்தட்டு மக்களுக்கானதா அல்லது இன்ஃபோசிஸ் போன்று வெளிநாட்டு மற்றும் உள்நாட்டு நிறுவனங்கள் மட்டுமே பயன்படுத்துவதற்கா என்று பாருங்கள்.

வீட்டுப் பாடம்!

கீழ்காணும் நிறுவனங்கள் ஃபோக்கஸ் செய்யும் செக்மெண்டுகள், தொழில் செய்யும் நாடுகள், அந்த நிறுவனங்கள் தயாரிக்கும் பொருட்களில்/செய்யும் சேவைகளின் தரம், அவற்றின் அவசியம், நிறுவனங்களுக்கும் சுற்றுப்புறச்சூழலுக்கும் உள்ள தொடர்பு போன்றவற்றை பின்வரும் நிறுவனங்களின் ஆண்டறிக்கையைப் படித்து கண்டறிக: என்.டி.பி.சி., ஹிந்துஸ்தான் யுனிலீவர், கோட்டக் மஹிந்திரா பாங்க், டாடா மோட்டார்ஸ், மற்றும் சிப்லா.

விகடன் பிரசுரம்

பொருளாதாரம் அடிபடும்போது, ரீடெய்ல் வாடிக்கையாளர்களை ஃபோகஸ் செய்யும் நிறுவனங்கள் அவ்வளவாக அடிபடாது. ஏனென்றால், பொருளாதாரம் அடிபடும்போது ரீடெய்ல் வாடிக்கையாளர்கள் அவர்களுடைய தேவைகளைக் குறைத்து கொள்வார்களே தவிர, அடியோடு நிறுத்திவிட மாட்டார்கள். ஆனால், பொருளாதாரம் பாதிப்படையும்போது நிறுவன வாடிக்கையாளர்களைக் கொண்டுள்ள நிறுவனங்கள் அதிகமாக அடிபட வாய்ப்புள்ளது. ஏனென்றால், நிறுவனங்கள் தங்களுடைய செலவினங்களை குறைக்க பொருட்களையோ அல்லது சேவைகளையோ வாங்குவதை அடியோடு நிறுத்தக்கூட செய்வார்கள். ஆனால், பொருளாதாரம் ஏறும்போது இதுவே தலைகீழாகவும் மாற வாய்ப்புள்ளது.

தொழில் செய்யும் பகுதிகள்/நாடுகள்:

இன்றைய பொருளாதாரம் பன்னாட்டுமயமாக்கப்பட்டு விட்டது. நமது நாட்டு ஐ.டி நிறுவனங்கள் உலகெங்கிலும் தொழில் செய்கின்றன. சொல்லப்போனால் உள்நாட்டு விற்பனையைவிட அவர்களின் வெளிநாட்டு விற்பனை பன்மடங்கு அதிகம். அப்படி இருக்கும்போது ஒரு வெளிநாட்டிலிருந்து வரும் வருமானம் அந்த நிறுவனத்துக்கு அதிகம் என்றால், அந்த நாட்டின் பொருளாதார நிலைமை இந்த நிறுவனத்தையும் பாதிக்கும்.

உதாரணத்துக்கு, இன்ஃபோசிஸ் நிறுவனத்துக்கு வெளிநாட்டிலிருந்து வரும் வருமானம் 97.8% (டிசம்பர் 31, 2010). உள்நாட்டிலிருந்து வரும் வருமானம் வெறும் 2.2%-தான். ஆக, இந்தியப் பொருளாதாரத்தைவிட வெளிநாடுகளின் பொருளாதாரம்தான் அதிகமாக இன்ஃபோசிஸைப் பாதிக்கும். அதிலும் வடஅமெரிக்க பொருளாதாரம்தான் இன்னும் அதிகமாக பாதிக்கும். ஏனென்றால், அந்தப் பகுதியில் இருந்துதான் 65% வருமானம் வருகிறது. அமெரிக்க சட்டதிட்டங்களில் மாற்றங்கள், வரிகளில் மாற்றங்கள் அல்லது அரசியல் மாற்றங்கள் இந்த நிறுவனத்தைப் பாதிக்கலாம்.

அதே சமயத்தில் ஐ.டி.சி. போன்ற நிறுவனத்தின் பெரும்பகுதியான வருமானம் நம் மண்ணில் இருந்துதான் வருகிறது. சமீபத்தில் மத்திய கிழக்கு நாடுகளில் அமைதியின்மை நிகழ்ந்தது. ஆகவே, அங்கு அதிகமாக தொழில் புரிந்துவரும் இந்திய கம்பெனிகளுக்குப் பாதிப்பு ஏற்பட வாய்ப்புள்ளது.

'புஞ்ச்லாய்ட்' என்ற நிறுவனம் லிபியாவில் பெரிய ஆர்டரைப் பெற்றிருந்தது. மேலும், மத்திய கிழக்கு நாடுகளில் அதிக தொழில் செய்து வந்தது. அந்த நிறுவனத்துக்கு, ஏற்கெனவே பல பிரச்னைகள். இப்போது இதுவும் சேர்ந்துகொள்ள, சமீபகாலத்தில் அதன் பங்கு சரிபாதியாகக் குறைந்துள்ளது. ஆகவே, முதலீட்டாளராகிய நீங்கள், அந்த நிறுவனம் எங்கெங்கு தொழில் செய்கிறது, அதனால் ஏற்படும் பலன் மற்றும் பலவீனத்தை அறிய வேண்டியது முக்கியம்.

சுற்றுப்புறச்சூழல்:

இன்று ஒவ்வொரு நிறுவனமும் சுற்றுப்புறச்சூழலை மதித்து நடக்க வேண்டியுள்ளது. இல்லையெனில், அரசாங்கம் மற்றும் பொதுமக்களின் கோபத்துக்கு ஆளாக வேண்டியுள்ளது.

விகடன் பிரசுரம்

இதனால் தொழில்கள் பெருமளவு பாதிப்படையலாம். உதாரணத்துக்கு, தோல் தொழிற்சாலைகள் மற்றும் டெக்ஸ்டைல் சார்ந்த தொழிற்சாலைகளை எடுத்துக்கொள்ளுங்கள். கோர்ட் உத்தரவினால் திருப்பூர் பாதிக்கப்பட்டது நாம் அனைவரும் அறிந்த விஷயம். அதேபோல் பல ஆண்டுகளுக்கு முன் தோல் பதனிடும் தொழிற்சாலைகள் தமிழ்நாட்டில் பெரும் பாதிப்புக்கு உள்ளாகின. சமீபத்தில் தூத்துக்குடியில் உள்ள ஸ்டெர்லைட் இண்டஸ்ட்ரிஸை மூடச் சொன்னது நாம் அனைவரும் அறிந்ததே. ஆகவே, நீங்கள் நுழையப்போகும் பங்கு சுற்றுப்புறச்சூழலுக்குப் பாதிப்பை ஏற்படுத்தக்கூடியதா என்பதையும் பார்ப்பது அவசியம்.

16

ஃபண்டமென்டல்: இதையும் பார்க்க வேண்டும்!

ஃபண்டமென்டல் அனாலிசிஸ்-ல் முக்கியமாகப் பார்க்க வேண்டிய குவாலிடேட்டிவ் அளவுகோல்கள் சிலவற்றைக் கண்ட நாம், இதே மாதிரியான வேறு சில அளவுகோல்களையும் இனி காண்போம்.

கஸ்டமர் சேவை:

வாடிக்கையாளர் சேவை என்பது, எந்த ஒரு நிறுவனத்துக்கும் மிக முக்கியமானது. இந்தியாவில் தனியார் துறை வங்கிகளின் வளர்ச்சி இந்த அளவுக்கு உயர்ந்திருக்கிறது என்றால் அதற்கு அடிப்படைக் காரணம், பொதுத் துறை வங்கிகள்தான். அந்த அளவுக்கு பொதுத் துறை வங்கிகளின் வாடிக்கையாளர் சேவை சுமாராக இருந்திருக்கிறது. அதேபோல் தனியார் துறையில் டெலிபோன் (செல்போன் உட்பட) நிறுவனங்கள் வளர்வதற்கு நமது பி.எஸ்.என்.எல்-தான் அடிப்படைக் காரணம். அந்த அளவுக்கு பி.எஸ்.என்.எல்-லின் சேவை

விகடன் பிரசுரம்

சுமாராக இருந்திருக்கிறது. அதேசமயம், மத்திய-மாநில அரசு நிறுவனங்கள் சில, சேவை என்றால் கிலோ என்ன விலை? என்று கேட்கும் நிலையில்தான் இருக்கின்றன.

ஒரு வங்கியில் கணக்கு ஆரம்பிக்க வேண்டும் என்றாலோ அல்லது ஒரு மொபைல் போன் சேவை பெற வேண்டும் என்றாலோ, எந்த நிறுவனம் சிறப்பாக சேவை புரிகிறதோ, அங்குதான் செல்வீர்கள். உங்களைப்போல் பலரும் அந்த நிறுவனத்தை தேடிச் செல்லும்போது அந்த நிறுவனத்தின் வியாபாரம் உயரும்; லாபம் பெருகும். அதனால் நீங்கள் வைத்திருக்கும் பங்கின் விலையும் உயரும்! வாடிக்கையாளர் சேவையில் கண்ணும் கருத்துமாக இருக்கும் நிறுவனங்கள் நீண்டகால முதலீட்டுக்கு சிறப்பாகவே இருக்கும். ஆகவே, நீங்கள் வாங்கப்போகும் நிறுவனத்தின் வாடிக்கையாளர் சேவை எவ்வாறு உள்ளது என்று தெரிந்து கொள்ளுங்கள்.

கஸ்டமரை நன்றாகக் கவனித்துக் கொள்ளக்கூடிய நிறுவனம், பங்குதாரர்களையும் நன்றாகக் கவனித்துக்கொள்ளும் என்பது உறுதி. தொழில் துறையில் போட்டிகள் அதிகமாகிக் கொண்டிருக்கும் இந்தத் தருணத்தில், வாடிக்கையாளர் சேவை நிச்சயமாக ஒரு நிறுவனத்தை மற்றொரு நிறுவனத்திலிருந்து பிரித்துக் காட்டும் என்பதில் சந்தேகம் இல்லை.

பங்குதாரர் சேவை:

நம்மில் பெரும்பாலோர் பல நிறுவனங்களில் மிகச் சிறிய முதலீட்டாளராக உள்ளோம். அவ்வாறு இருக்கும்போது நமது முதலீடு சம்பந்தப்பட்ட விஷயங்களுக்கான சேவை மிகவும் அத்தியாவசியமாக உள்ளது. இது சின்னச் சின்ன விஷயங்கள் முதல் பெரிய விஷயங்கள் வரை இருக்கலாம். பெயர் மாற்றம் செய்வது; உரிய நேரத்தில் டிவிடெண்ட் வராமல் இருப்பது; ரைட்ஸ், போனஸ் போன்றவைகளை பெறுவதில் தாமதம் ஏற்படுவது போன்ற பல பிரச்னைகளை முடித்துத் தருவதில் நிறுவனம் துரிதமாகச் செயல்பட வேண்டும்.

இவையெல்லாம் சின்னச் சின்ன பிரச்னைகள். பெரிய நிறுவனப் பங்குகளை வைத்துள்ளவர்களுக்கு இதுபோன்ற பிரச்னைகள் பெரும்பாலும் இருக்காது. ஆனால் இதைவிட பெரிய பிரச்னை என்னவென்றால், நியாயமாக நடந்துகொள்வதுதான். இன்று பல புரமோட்டர்கள், இன்வெஸ்ட்மென்ட் பேங்கர்ஸ்/ஆடிட்டர்ஸ் உதவியுடன் தங்களது பங்கு சதவிகிதத்தை நிறுவனத்தில் அநியாயமாக (சிறிய முதலீட்டாளர்களுக்கு பாதகம் விளைவிக்கும் வகையில்) ஏற்றிக்கொள்கிறார்கள்.

வாரண்ட் வெளியிட்டுக் கொள்வதன் மூலம், பங்கு விலையை சந்தையில் ஏற-இறங்கச் செய்வதன் மூலம், தங்களைச் சார்ந்த வேறு ஒரு நிறுவனத்துடன் குறைந்த விலையில் இணைப்பதன்

வீட்டுப் பாடம்!

இந்த அத்தியாயத்தில் குறிப்பிட்ட குணங்களை கீழ்காணும் நிறுவனங்களுக்கு அவற்றின் ஆண்டறிக்கை மற்றும் மீடியா வாயிலாக அலசி ஆராயுங்கள்: எஸ்.பி.ஐ., பி.எஸ்.என்.எல்., மாருதி, ஹீரோ ஹோண்டா மற்றும் ஐ.சி.ஐ.சி.ஐ. வங்கி. அத்துடன் அவற்றின் போட்டியாளர்களின் குணங்களையும் ஒப்பிடுங்கள்.

மூலம்... என பல வகைகளில் இதைச் செய்து முடிக்கிறார்கள். இவ்வாறெல்லாம் தில்லுமுல்லு செய்யாத, நல்ல வரலாறு உள்ள நிறுவனங்களில் உங்களது முதலீட்டை மேற்கொள்ளுங்கள். பங்குதாரரை உண்மையான பங்குதாரராக நினைத்து நடத்தும் நிறுவனமாக அது இருக்க வேண்டும்.

பிராண்ட் வேல்யூ:

ஒரு கம்பெனிக்கு பிராண்ட் வேல்யூ முக்கியம். டாடாவின் பெயர் இன்று உலகத்தில் உள்ள அனைவருக்கும் பிரசித்தம். பிரிட்டனில் லேண்ட் ரோவர் மற்றும் ஜாகுவார் என்ற கார் கம்பெனிகள் உள்ளன. சில ஆண்டுகளுக்கு முன்புதான் அந்த நிறுவனங்கள் விற்பனைக்கு வந்தன. அப்போது பல நாட்டு நிறுவனங்களும் அந்த கார் கம்பெனிகளை வாங்க முன்வந்தன. ஆனால், அங்குள்ள தொழிலாளர்கள் யூனியன் ஒப்புக்கொண்டது டாடாவை மட்டும்தான். முடிவில், டாடா நிறுவனம்தான் அந்த நிறுவனங்களை வாங்கியது. ஒரு நிறுவனத்தின் பிராண்ட் வேல்யூ எவ்வாறெல்லாம் உதவியாக இருக்கிறது என்று பாருங்கள்!

பிஸ்கெட் என்றால் நம்மில் பலருக்கும் ஞாபகம் வருவது பிரிட்டானியாதான். அதேபோல் கார் என்றவுடன் நம்மில் பலர் நினைப்பது மாருதியைத்தான். பேங்க் என்றவுடன் எஸ்.பி.ஐ; இன்ஷூரன்ஸ் என்றவுடன் எல்.ஐ.சி. இவை அனைத்துக்கும் ஒரே பொதுவான விஷயம், பிராண்ட் வேல்யூதான்.

அரசாங்கம் மற்றும் பொதுமக்களிடம் நல்ல பிராண்ட் வேல்யூ இருந்தால் அது பல வகைகளில் நேரடியாகவோ அல்லது மறைமுகமாகவோ உதவி செய்யும். பிராண்ட் வேல்யூ நன்றாக இருந்தால், வியாபாரம் பெருகும்; தொழில் விரிவாக்கம் சுலபமாக இருக்கும்; வேலை செய்ய விண்ணப்பதாரர்கள் அதிகமாகக் கிடைப்பார்கள்; அந்த நிறுவனப் பங்குகளுக்கு சந்தையில் அதிக டிமாண்ட் இருக்கும் என அடுக்கிக்கொண்டே செல்லலாம். ஆக, மொத்தத்தில் நீங்கள் வாங்கப் போகும் பங்குக்கு நல்ல பிராண்ட் வேல்யூ இருக்கிறதா என்று பார்ப்பது அவசியம்!

எதிர்காலத் திட்டங்கள்:

ஒரு நிறுவனத்துக்கு கடந்தகாலம் மற்றும் நிகழ்காலம் எவ்வளவு முக்கியமோ, அவ்வளவு முக்கியம் அதன் எதிர்காலம்.

நிறுவனங்களின் நிர்வாக ஆண்டறிக்கையில் நிறுவனங்களின் எதிர்காலத் திட்டங்கள் பற்றித் தெரிவிக்கப்பட்டு இருக்கும். மேலும், அவ்வப்போது பத்திரிகைகளிலும் இதுகுறித்த செய்திகள் வெளிவரும். இதன்மூலம் அந்த நிறுவனங்களின் எதிர்காலத் திட்டம் பற்றி நீங்கள் தெரிந்து கொள்ளலாம்.

மிக வேகமான வளர்ச்சிக்கு எதிர்காலங்களில் அந்த நிறுவனம் திட்டமிடுகிறது என்றால், அந்த நிறுவனத்தின் ரிஸ்க்கும் அதிகரிக்கும். அதேபோல் கடன் அதிகம் வாங்காமல், லாபத்தை வைத்தே தனது பிஸினஸை விஸ்தரிக்கும் நிறுவனம் என்றால், ரிஸ்க் வெகுவாகக் குறைந்துவிடும். மேலும், ஐ.டி. துறையில் முன்னணியாக இருக்கும் நிறுவனம் திடீரென்று ரியல் எஸ்டேட்டில் வேகமாக நுழையப் போகிறது என்றால், சற்று யோசிக்க வேண்டும். அதேபோல் எதிர்காலத்தில் நிறுவனப் பங்குகளை, ஃபாலோ ஆன் ஆஃபர் மூலம் தொழில் விஸ்தரிப்புக்காக இரட்டிப்பாக்கப் போகிறது என்றால், அதுவும் யோசிக்க வேண்டிய விஷயமே. இப்படிப் பல விஷயங்களைத் தெரிந்து நுழைவது சிறந்தது.

வேலை செய்பவர்களின் தரம்:

ஒரு நிறுவனத்தின் தரத்தை அங்கு வேலை செய்பவர்களை வைத்து மதிப்பிடலாம். தரமான ஊழியர்களைக் கொண்ட நிறுவனம் எப்போதும் தழைத்து நிற்கும். அவர்கள் கொண்டுவரும் புதிய ஐடியாக்கள் மூலம் நிறுவனமும் இளமையாக இருக்கும். அவ்வாறு தரமான ஊழியர்கள் கிடைப்பதற்கும், அவர்களைத் தக்கவைத்துக் கொள்வதற்கும் ஊழியர்களை மதிப்புடன் நடத்த வேண்டும்; நல்ல சம்பளம் கொடுக்க வேண்டும்; அவர்களும் அதனால் நிறுவனமும் வளர்வதற்கு வாய்ப்புகளை உருவாக்கிக் கொடுக்க வேண்டும்.

முப்பது, நாற்பது வருடங்களுக்கு முன்பே டாடா குழுமத்தினர் தங்கள் ஊழியர்கள் குளிர்சாதனப் பெட்டிகள், வாகனங்கள் போன்ற அனைத்து வசதியோடும் வாழ வேண்டும் என்று நினைத்து, அதற்குத் தேவையான வசதி வாய்ப்புகளையும் செய்து கொடுத்தனர். ஆகவே, நீங்கள் வாங்கப் போகும் நிறுவனம் தரமான ஊழியர்களைக் கொண்டுள்ளதா என்பதையும் அறிந்து கொள்ளுங்கள்.

17

குவாண்டிடேட்டிவ் அனாலிசிஸ்!

குவாண்டிடேட்டிவ் அனாலிசிஸ் என்பது, ஒரு நிறுவனத்தின் எண்களை அலசி ஆராய்வது. அனைத்து நிறுவனத்துக்கும் மூன்று அடிப்படை ஸ்டேட்மென்ட் இருக்கும். அவை, இன்கம் ஸ்டேட்மென்ட், பேலன்ஸ் ஷீட் மற்றும் கேஷ் ஃப்ளோ ஸ்டேட்மென்ட்.

ஒரு நிறுவனப் பங்குகளில் முதலீடு செய்யும்போது, அதுவும் சிறிய முதலீட்டாளராக இருந்து செய்யும்போது, இந்த மூன்று ஸ்டேட்மென்ட்டுகளையும் அலசுவதற்கு, நீங்கள் ஃபைனான்ஷியல் அனலிஸ்ட்டாகவோ அல்லது சார்ட்டட் அக்கவுன்டன்ட் ஆகவோ இருக்க வேண்டும் என்கிற அவசியமில்லை. கூட்டல், கழித்தல் தெரிந்த எவரும் இந்த ஸ்டேட்மென்டைப் படித்து, தங்களுக்கு வேண்டியதைத் தெரிந்துகொள்ளலாம்.

இன்கம் ஸ்டேட்மென்டில் நிறுவனத்தின் வரவு-செலவுகள் சொல்லப்படும். பேலன்ஸ்

ஷீட்டில் நிறுவனத்தின் சொத்துகள் மற்றும் கடன்கள் சொல்லப்படும். கேஷ் ஃப்ளோ ஸ்டேட்மென்டில் நிறுவனத்துக்கு பணம் எவ்வாறு வந்து செல்கிறது என்பது சொல்லப்படும்.

இந்த குவாண்டிடேட்டிவ் அனாலிசிஸை நாம் இரு பிரிவுகளாகப் பிரித்துக்கொள்வோம். ஒன்று, முதலீட்டுக்கு நேரடியாக உதவும் அளவுகோல்கள். மற்றொன்று, ஆழமாக அனாலிசிஸ் செய்ய விரும்புபவர்களுக்கான பல ரேஷியோக்கள், குரோத், மதிப்பீடு (வேல்யூவேஷன்) போன்ற அளவுகோல்கள்.

முதலீட்டுக்கு நேரடியாக உதவும் அளவுகோல்களில், இ.பி.எஸ். என்று சொல்லக்கூடிய ஒரு பங்கின் வருமானம் மற்றும் அதன் ரேஷியோவான பி/இ பற்றி அறிந்துகொள்வோம்.

இ.பி.எஸ். அதாவது, ஒரு பங்குக்கான வருமானம். எளிமையான உதாரணம் ஒன்றின் மூலம் இதைப் புரிந்துகொள்வோம். ஐ.சி.ஐ.சி.ஐ. வங்கியின் (மார்ச் 2010 முடியும் நிதி ஆண்டு) இன்கம் ஸ்டேட்மென்டின் ஒரு பகுதியை எடுத்துக்கொள்வோம். அந்த வருடம் அந்த வங்கியின் நிகர லாபம் 4,024.98 கோடி ரூபாய். அதாவது 4,025 கோடி ரூபாய். அந்த வங்கியின் பங்கு மூலதனம் 1,114.89 கோடி ரூபாய். ஒவ்வொரு பங்கும் 10 ரூபாய் முகமதிப்பு கொண்டது. ஆகவே, அந்த நிறுவனத்தின் அன்றைய தினத்தில் மொத்த பங்குகளின் எண்ணிக்கை 111.489 கோடி. நிகர லாபத்தை மொத்த பங்குகளின் எண்ணிக்கையால்

வீட்டுப் பாடம்!

இன்போஃஸிஸ், பி.எஸ்.எல். லிமிடெட் (PSL Limited), எஸ்.பி.ஐ, மாரிக்கோ, சன்பார்மா - இந்த நிறுவனங்களின் இணையதளத்தை விசிட் செய்து, அவற்றின் கடந்த நான்கு காலாண்டு மற்றும் மார்ச் 2010 இன்கம் ஸ்டேட்மென்டை பார்க்கவும். அதிலிருந்து அவற்றின் டி.டி.எம் மற்றும் மார்ச் 2010 முடிந்த நிதி ஆண்டின் இ.பி.எஸ்-ஐ எடுக்கவும். அவற்றை தற்போதைய பங்கின் சந்தை விலையுடன் ஒப்பிட்டு, டி.டி.எம். மற்றும் மார்ச் 2010-ல் முடிந்த ஆண்டின் பி/இ விகிதத்தைக் கணக்கிடவும். அவற்றை அந்த நிறுவனங்களின் துறை சார்ந்த சராசரி பி/இ உடன் ஒப்பிட்டுப் பார்க்கவும். (துறையின் சராசரி பி/இ மணி கன்ட்ரோல் இணையதளத்தில் கிடைக்கும்.) மேலும், கடந்த ஐந்து ஆண்டுகளில் அந்த நிறுவனங்களின் இ.பி.எஸ். எவ்வாறு முன்னேறி உள்ளது என்பதையும் கவனிக்கவும்.

வகுக்கும்போது *(4024.98/111.489)* கிடைப்பதுதான் இ.பி.எஸ். இதைத்தான் 'பேஸிக் இ.பி.எஸ்' என்று கூறுகிறோம். அதற்குக் கீழ் 'டைல்யூட்டட் இ.பி.எஸ்' என்ற ஒன்று இருக்கும். அது என்ன?

ஐ.சி.ஐ.சி.ஐ. வங்கி போன்ற தனியார் நிறுவனங்கள் நன்றாக லாபத்தை ஈட்டித் தந்தால், தங்களுடைய ஊழியர்களுக்கு (பெரும்பாலும் டாப் லெவல் ஊழியர்களுக்கு) அந்த நிறுவனத்தின் பங்குகளை இலவசமாகவோ அல்லது குறைந்த விலையிலோ எதிர்காலத்தில் தருவதாக வாக்குறுதி கொடுத்திருப்பார்கள். அந்த வாக்குறுதிப் பங்குகளையும் கணக்கில் எடுத்துக்கொண்டால், மொத்தப் பங்குகளின் எண்ணிக்கை சிறிது அதிகமாகும். அப்போது அந்த நிறுவனத்தின் இ.பி.எஸ். சற்று குறையும். அதைத்தான் 'டைல்யூட்டட் இ.பி.எஸ்' என்று கூறுகிறோம். ஐ.சி.ஐ.சி.ஐ. வங்கியின் மார்ச் *2010*-ல் முடிந்த நிதி ஆண்டில் டைல்யூட்டட் இ.பி.எஸ். *35.99* ஆகும். கன்சர்வேட்டிவ் கணக்குக்கு டைல்யூட்டட் இ.பி.எஸ்-ஸை எடுத்துக்கொள்வதே சிறந்தது.

பங்கின் சந்தை விலையை இந்த இ.பி.எஸ்-ஸால் வகுத்தால் கிடைப்பதுதான் பி/இ.

சரி, எந்த இ.பி.எஸ்-ஸை எடுத்துக்கொள்ள வேண்டும்?

பொதுவாக, சென்ற நிதி ஆண்டு முடிவின் இ.பி.எஸ்-ஸை எடுத்துக்கொள்ளலாம். இப்போதெல்லாம் காலாண்டு முடிவுகள்

வர ஆரம்பித்துவிட்டதால், கடந்த நான்கு காலாண்டுகளின் இ.பி.எஸ்-ஸை எடுத்துக் கொள்ளலாம். இதை டி.டி.எம். (TTM - Trailing Twelve Months) என்று கூறுவார்கள். அந்த டி.டி.எம். இ.பி.எஸ்-ஸை எடுத்துக்கொண்டு பி/இ-யை கணக்குப் பார்த்தால் இன்னும் துல்லியமாக இருக்கும்.

சில சமயங்களில், சில நிறுவனங்கள் தற்போது முடிந்த காலாண்டில் பெரிய நஷ்டத்துடன் செயல்பட்டு இருக்கும். அதனால் அதன் இ.பி.எஸ். நெகட்டிவ்வாக இருக்கும். அப்போது கடந்த நிதி ஆண்டு அல்லது டி.டி.எம். இ.பி.எஸ்-ஸை வைத்துப் பார்த்தால், இன்னும் பாஸிட்டிவ் ஆகவே இருக்கும். அதுபோன்ற சமயங்களில் பங்குகளை வாங்கச் செல்லும்போது எச்சரிக்கை தேவை. பொதுவாக, கடந்த 5-10 ஆண்டுகளாக தொடர்ந்து லாபம் ஈட்டி பாஸிட்டிவ் இ.பி.எஸ்-ல் இருந்துவரும் நிறுவனங்களாகப் பார்த்து வாங்குவது நல்லது.

பி/இ என்பது பொதுவாக எதைக் குறிக்கிறது?

நீங்கள், ஒரு பங்கை 100 ரூபாய் விலை கொடுத்து வாங்குகிறீர்கள். அதன் சென்ற ஆண்டு இ.பி.எஸ். ரூபாய் 25 என வைத்துக் கொள்வோம். அப்படியென்றால் அந்த நிறுவனப் பங்கின் பி/இ நான்கு. அடுத்த நான்கு வருடங்களுக்கு இதேபோல் குறைந்தது ரூபாய் 25-ஐ இ.பி.எஸ்-ஸாக ஈட்டினால்தான், நீங்கள் கொடுத்த விலை ஈடாகிறது என்று அர்த்தம்.

இன்னுமொரு நடைமுறை உதாரணத்தை எடுத்துக் கொள்வோம்... உங்கள் ஊரில் சூப்பர் மார்க்கெட் ஒன்று விலைக்கு வருகிறது. அந்த சூப்பர் மார்க்கெட்டின் விலை 10 லட்சம் ரூபாய். அதன் வருட நிகர லாபம் 2.5 லட்சம் என்று வைத்துக் கொள்ளுங்கள். அப்படியென்றால் நீங்கள் போட்ட பணத்தை திருப்பி எடுப்பதற்கு நான்கு வருடங்கள் ஆகும். இந்த நான்குதான் நீங்கள் வாங்கிய சூப்பர் மார்க்கெட்டின் பி/இ. ஆக பி/இ என்பது, நீங்கள் போட்ட பணத்தை எவ்வளவு காலத்தில் லாபத்தின் மூலம் எடுக்க முடியும் என்பதற்கான அளவுகோல் எனக் கொள்ளலாம். அந்த லாபம் முழுவதும் உங்கள் கையில் வருகிறதா அல்லது அதில் ஒரு பகுதி நிறுவனத்தின் வளர்ச்சிக்காக செல்கிறதா என்பது வேறு விஷயம்.

பி/இ அதிகமாக இருப்பது நல்லதா அல்லது குறைவாக இருப்பது நல்லதா?

குறைவாக இருப்பதே நல்லது. ஆனால், இது அவ்வளவு சுலபமாக முடிவெடுத்துவிடக்கூடிய விஷயமல்ல! மிகச் சிறிய நிறுவனங்களுக்கு பி/இ குறைவாக இருக்கும். ஏனென்றால், அந்த நிறுவனங்களில் ரிஸ்க் அதிகம் என்பதே. பொருளாதார இறக்கத்தில் அந்த நிறுவனங்கள் அதிகமாக பாதிக்கப்படலாம் அல்லது பெரிய கஸ்டமர் ஒருவர் விலகிப்போனால், அந்த நிறுவனம் நஷ்டத்தில் சென்றுவிடலாம் அல்லது அந்த நிறுவனத்தில் உள்ள முக்கிய நபருக்கு ஏதேனும் ஆகிவிட்டால் அந்த நிறுவனமே ஆடிப்போகலாம். இதுபோல பல ரிஸ்க் உள்ளது. ஆகவே, சிறிய நிறுவனங்களின் பி/இ குறைவாக இருக்கும். அதே சமயத்தில் பெரிய நிறுவனங்களின் பி/இ அதிகமாக இருக்கும்.

அதேபோல் ஒரே சைஸில் உள்ள பெரிய நிறுவனங்கள் அல்லது சிறிய நிறுவனங்களை கூர்ந்து கவனியுங்கள். அவற்றுக்குள்ளும் பி/இ வித்தியாசம் இருக்கும். காரணம், ஒரு நிறுவனத்தின் மேனேஜ்மென்ட் மிகவும் நியாயமானதாக இருக்கும்; மற்றொன்று குறுக்கு வழிகளை கையாளலாம். நியாயமான மேனேஜ்மென்ட் உள்ள நிறுவனத்தின் பி/இ, எப்போதும் அதிகமாகவே இருக்கும். இல்லையெனில், ஒரு நிறுவனம் வளர்ச்சியுடன் கூடிய லாபத்தை தந்துகொண்டே இருக்கும். மற்றொன்றில் வளர்ச்சி இருக்கும்; ஆனால் லாபம் வளராது. இதுபோல் பலப்பல காரணங்கள் பி/இ-ன் அளவை நிர்ணயிக்கின்றன.

நீங்கள் வாங்க நினைக்கும் நிறுவனப் பங்கின் பி/இ-ஐ அந்த நிறுவனத்தைச் சார்ந்த துறையின் சராசரி பி/இ விகிதத்தோடு ஒப்பிட்டுப் பாருங்கள். மேலும், அந்த நிறுவனத்தின் நேருக்கு நேரான போட்டி நிறுவனத்தின் பி/இ-யோடு ஒப்பிட்டுப் பாருங்கள். இதிலிருந்து உங்களுக்கு ஒரு ஐடியா கிடைக்கும். மேலும், பி/இ மட்டுமே ஒரு நிறுவனத்தை மதிப்பிடுவதற்கான அளவுகோல் அல்ல. இன்னும் எவ்வளவோ உள்ளன. அவற்றோடும் சேர்த்துப் பார்க்கும்போது நீங்கள் பங்கை வாங்கலாமா அல்லது வேண்டாமா என்பதை முடிவு செய்யலாம்.

கன்சர்வேட்டிவ் முதலீட்டாளர்கள், குறைந்த பி/இ உள்ள நீண்ட காலம் தொழில் செய்துவரக்கூடிய தரமான நிறுவனங்களை நாடிச் செல்வது சிறந்தது.

18

மதிப்பைப் பாருங்கள்!

குவாண்டிடேட்டிவ் அனாலிசிஸின் மற்றொரு முக்கியமான அளவுகோலான புத்தக மதிப்பு மற்றும் அதன் விகிதமான பி/பிவி (P/BV) பற்றி இந்த அத்தியாயத்தில் காண்போம்.

புத்தக மதிப்பு என்றால் என்ன?

பங்குச் சந்தையில் ஈடுபட்டிருக்கும் அனைவரும், பல வகையான குறியீடுகளைப் பயன்படுத்தி தாங்கள் வாங்கப் போகும் பங்குகளைத் தேர்வு செய்கின்றனர். அவற்றுள் அதிகமாகப் பேசப்படும் ஒரு குறியீடுதான் 'புத்தக மதிப்பு.' இந்தத் தலைப்புக்குள் விரிவாகச் செல்லும்முன், புத்தக மதிப்பு என்றால் என்ன என்பதை அறிந்து கொள்வோம்.

சுருக்கமாகச் சொன்னால், ஒரு நிறுவனத்தின் சொத்து மதிப்பில் இருந்து கடன் மதிப்பைக் கழித்த பிறகு மிஞ்சுவதைத்தான் 'புத்தக மதிப்பு' என்கிறோம்.

புத்தக மதிப்பு = சொத்துகள் - கடன்கள்
(Book Value = Assets - Liabilities).

இந்த மொத்த புத்தக மதிப்பை, அந்த நிறுவனம் வெளியிட்டுள்ள பங்குகளால் வகுத்தால் கிடைப்பதுதான் ஒரு பங்கின் புத்தக மதிப்பு.

ஒரு கம்பெனியின் மதிப்பை பலவாறாக கணக்கிடலாம். அவற்றுள் புத்தக மதிப்பும் ஒன்று. மற்றுமொரு வகையில் பார்த்தால், ஒரு நிறுவனம் ஏதோ ஒரு காரணத்தால் மூடப்பட்டால், அதன் சொத்துகளை விற்றால் எவ்வளவு கிடைக்கும் என்பதுதான் புத்தக மதிப்பு. இந்த மதிப்பு, அனைத்து கம்பெனிகளின் ஐந்தொகையில் (Balance Sheet) கிடைக்கும்.

'என்ன இது, சுலபம் என்று கூறிவிட்டு கழித்தல், வகுத்தல் எல்லாம் செய்யச் சொல்கிறாரே!' என்று கவலைப்பட வேண்டாம். பல ஃபைனான்ஷியல் இணையதளங்கள், ஒரு பங்கின் புத்தக மதிப்பு மற்றும் பி/பிவி போன்ற விகிதங்களை ரெடிமேடாக கொடுக்கின்றன. ஆகவே, அவற்றைக் கண்டுபிடித்து ஒப்பிட்டுப் பார்க்கத் தெரிந்துகொண்டாலே போதும்.

சந்தை விலை/புத்தக மதிப்பு விகிதம்

புத்தக மதிப்பு, நல்ல ஒரு குறியீடு என்றாலும், அதைத் தனியாக காண்பதைக் காட்டிலும் மற்றொன்றோடு ஒப்பிட்டுப் பார்த்தால்தான் மிகவும் பயனுள்ளதாக அமையும். இந்த விகிதம்தான், பரவலாக உபயோகிக்கப்படும் பங்கின் விலைக்கும் புத்தக மதிப்புக்கும் உள்ள விகிதம் (Market Price / Book Value or P/BV). இந்த விகிதம், ஒரு பங்கின் புத்தக மதிப்பைப்போல் அந்தப் பங்கின் சந்தை விலை எத்தனை மடங்கு உள்ளது என்பதைக் காண்பிக்கும்.

பொதுவாக, இந்த விகிதம் குறைவாக இருப்பது முதலீட்டாளர்களுக்கு நல்லது. இதை நாம் 'பி/பிவி விகிதம்' என்று எடுத்துக்கொள்வோம். இந்த விகிதமானது மதிப்பு குறைவாக சந்தையில் விற்பனையாகும் பங்குகளைத் தேர்ந்தெடுக்க மிகவும் உதவிகரமாக இருக்கும். மேலும், பழைய பொருளாதார நிறுவனங்கள் அனைத்தையும் ஆராய்வதற்கு இது ஒரு சிறந்த குறியீடாகும்.

பி/இ போன்ற மற்ற விகிதங்கள், அக்கவுன்டிங் மாறுபாடுகளால் ஒவ்வொரு நாட்டுக்கும் சிறிது வித்தியாசப்படலாம். ஆனால் புத்தக மதிப்பு என்பது, கிட்டத்தட்ட அனைத்து நாடுகளிலும் ஒரே மாதிரியாகத்தான் இருக்கும். ஆகவே, பி/பிவி சமமான

ஒரு அளவுகோல் ஆகும். இரண்டாவதாக, முதலீட்டாளர்கள் புரிந்து கொள்வதற்கும், பங்குகளை சுலபமாக ஒப்பிடுவதற்கும் இந்த விகிதம் மிகவும் உதவிகரமாக இருக்கும்.

ஒரு நிறுவனம், 50 ஆண்டுகளுக்கு முன்பு தான் வாங்கிய இடங்களையும், கட்டடங்களையும் அன்றைய விலையிலேயே இன்றும் காண்பித்துக் கொண்டிருக்கும். ஆகவே, அதன் இன்றைய புத்தக மதிப்பு அதிகமாக இருந்தபோதிலும், ஐந்தொகையில் (Balance Sheet) குறைவாகக் காணப்படலாம். அதேபோல் அதன் ஆர்.ஓ.இ. (ROE) என்று சொல்லக்கூடிய, பங்கு மூலதனத்திலிருந்து வரும் வருமானம், மிக அதிகமாக இருக்கலாம். இதுபோன்ற பங்குகள் குறைந்த பி/பிவி-யில் கிடைத்தால், மதிப்பைப் பார்த்து முதலீடு செய்யும் முதலீட்டாளர்களுக்கு (Value Investors) அது ஒரு வரப்பிரசாதம்.

இதே கூற்று நேர்மாறாக இருப்பதும் உண்டு. ஒரு கம்பெனியின் பங்கு, அதன் புத்தக மதிப்பைவிட குறைவாக சந்தையில் வர்த்தகமாகிக் கொண்டிருப்பதற்கு வேறு இரண்டு காரணங்கள் இருக்கலாம்.

1) கம்பெனி அதன் சொத்துகளின் மதிப்பை அதிகமாக காட்டியிருக்கிறது என்று சந்தை ஊகிப்பது.

2) கம்பெனிக்கு அதன் சொத்துகளில் இருந்து வரும் வருமானம் குறைவாக அல்லது நெகடிவ்வாககூட இருப்பது.

அவ்வாறு இருக்கும்பட்சத்தில், அதுபோன்ற பங்குகளில் முதலீடு செய்யாமல் இருப்பதே நல்லது.

சந்தை விலை/புத்தக மதிப்பு விகிதத்தின் அசௌகரியங்கள்:

எந்த ஒரு விகிதத்துக்கும் நன்மை-தீமைகள் இருப்பதுபோல, பி/பிவி விகிதத்துக்கும் சில அசௌகரியங்கள் உள்ளன.

எந்த மாதிரியான நிறுவனங்களுக்கு புத்தக மதிப்பு மிகவும் அதிகமாக இருக்கும்?

'கேப்பிட்டல் இன்டென்ஸிவ்' என்று ஆங்கிலத்தில் கூறக்கூடிய, முதலீடு அதிகம் தேவைப்படக்கூடிய தொழில்களுக்குத்தான் புத்தக மதிப்பு அதிகமாக இருக்கும். இதுபோன்ற தொழில்கள் பெரும்பாலும் உற்பத்தித் துறை, உலோகத் துறை, நிதித் துறை, மின்சார தயாரிப்பு நிறுவனங்கள் போன்றவற்றைச் சார்ந்தவையாக இருக்கும்.

விகடன் பிரசுரம்

எந்த ஒரு நிறுவனத்துக்கும், காணக்கூடிய மற்றும் காண முடியாத சொத்துகள் (Tangible & Intagible Assets) என இரு வகையான சொத்துகள் இருக்கும். காணக்கூடிய சொத்துகள் நாம் அனைவரும் அறிந்த ஒன்று - உபகரணங்கள், கட்டடங்கள், கருவிகள் மற்றும் பிற முதலீடுகள். ஆராய்ச்சி மற்றும் மென்பொருள் தயாரிப்பு போன்ற தொழில்களில் ஈடுபட்டுள்ள நிறுவனங்களுக்கு அந்த நிறுவனங்களின் மூலதனமே அவர்களின் ஊழியர்கள்தான் - ஊழியர்களின் மூளைதான்.

அதேபோல் பிராண்ட் மதிப்பும் (Brand Value) பல நிறுவனங்களுக்கும் அவர்கள் விற்கும் பொருட்களுக்கும் முக்கியமானதாக உள்ளது. பிராண்டை மதிப்புள்ளதாக ஆக்குவதற்கு அந்த நிறுவனங்கள் பெருவாரியாகச் செலவு செய்கின்றன. இதுபோல் இன்னும் பலப்பல காண முடியாத

வீட்டுப் பாடம்!

கீழே கொடுக்கப்பட்டுள்ள நிறுவனப் பங்குகளின் புத்தக மதிப்பு மற்றும் பி/பிவி ஆகிய இரண்டையும் இணையதள உதவியுடன் கண்டுபிடிக்கவும். அந்த மதிப்புகளை அந்தப் பங்குகளின் துறை சராசரியுடன் ஒப்பிட்டுப் பார்க்கவும். வித்தியாசங்கள் கூடவோ குறையவோ இருப்பின், ஏன் என்று அலசவும்.

நிறுவனங்கள்: புஞ்ச் லாய்ட், ரிலையன்ஸ் கம்யூனிகேஷன், ஓ.என்.ஜி.சி, கோல்கேட்.

சொத்துகள் ஒவ்வொரு நிறுவனத்துக்கும் உள்ளன. அவற்றையெல்லாம் நமது ஐந்தொகை கணக்கில் எடுத்துக் கொள்வதில்லை.

இந்தக் காண முடியாத சொத்துகளை சந்தை மதிப்பில் எடுத்துக்கொள்வதால், அந்தப் பங்குகளின் விலை, புத்தக மதிப்பைவிட பல மடங்கு அதிகமாக இருக்கும். ஆகவே, இதுபோன்ற நிறுவனங்களுக்கு பி/பிவி-யும் மிகவும் அதிகமாக இருக்கும். இதனால் முதலீட்டாளர்கள் பங்குகளைப் தேர்ந்தெடுக்கும்போது துறை வாரியாக பி/பிவி-யை பார்த்து, அந்தத் துறைக்குள் பங்குகளை ஒப்பிடுவது நன்மை பயக்கும்.

உதாரணத்துக்கு, இன்ஃபோசிஸ் நிறுவனத்தின் பி/பிவி 8.41 ஆகும். ஹிந்துஸ்தான் யூனிலீவரின் பி/பிவி 23.13 ஆகும். ஆராய்ச்சியில் ஈடுபட்டுள்ள சன் பார்மா ரிஸர்ச்சின் பி/பிவி 111.99 ஆகும். அதே எதிர்பகுதியில் உள்ள நிறுவனங்களைப் பார்க்கும்போது மிகவும் குறைவாக இருக்கும். உதாரணத்துக்கு ஷிப்பிங் கார்ப்பரேஷனின் பி/பிவி 0.85 ஆகும். அதேபோல் ஜி.இ. ஷிப்பிங்கின் பி/பிவி 0.80 ஆகும். சிண்டிகேட் பேங்கின் பி/பிவி 1.22 ஆகும்.

மேலும், லாபத்தில் இல்லாத பல நிறுவனங்களின் சந்தை விலை குறைவாக இருக்கும். ஆனால், அவற்றின் முடங்கிக் கிடக்கும் முதலீடு அதிகமாக இருக்கும். ஆகவே, அவற்றின் புத்தக மதிப்பு அதிகமாகக் காணப்படும். பொதுவாக, அதுபோன்ற பங்குகளில் இருந்து விலகி இருப்பது நன்று.

ஆதார் அட்டையின் இன்னோர் அவதாரம்!

ஒரு டீமேட் கணக்கு துவங்க வேண்டுமென்றாலோ அல்லது கே.ஒய்.சி. படிவம் கொடுக்க வேண்டுமென்றாலோ நிறைய ஆவணங்களை சமர்ப்பிக்க வேண்டும். இந்த அனைத்து ஆவணங்களையும் புரோக்கர் நிறுவனங்கள் சரிபார்க்க வேண்டும். வாடிக்கையாளர் மற்றும் புரோக்கர் இருவருக்குமே இது கூடுதல் வேலை. இதைத் தவிர்க்க அரசாங்கம் புதிதாகக் கொடுக்கும் அடையாள அட்டையான 'ஆதார்' மட்டுமே போதும், என்று புரோக்கரேஜ் அமைப்புகள் செஃபியிடம் வேண்டுகோள் வைத்திருக்கின்றன.

ஆனால், ஆதார் அட்டைகள் முழுமையாக கொடுக்கப்படாத நிலையில் இதுகுறித்து இப்போதைக்கு எந்த முடிவும் எடுக்க இயலாது என்று செஃபி வட்டாரங்கள் கூறுகின்றன.

விகடன் பிரசுரம்

இன்னும் கொஞ்சம் சுலபமாகப் புரிந்துகொள்வதற்கு ஓர் உதாரணம்... உங்கள் ஊரில் நீங்கள் சூப்பர் மார்க்கெட் ஒன்று ஆரம்பிக்க நினைக்கிறீர்கள். அதே ஊரில் இருக்கும் சூர்யா சூப்பர் மார்க்கெட் சரியாக வியாபாரம் நடக்கவில்லை என்று விலைக்கு வருகிறது. 'அந்தக் கடைக்காரர் சரியாக மார்க்கெட்டிங் செய்யாததால்தான் வியாபாரம் சரியாக நடக்கவில்லை' என்பது உங்களின் அழுத்தமான நம்பிக்கை. நீங்கள் புதிதாக ஆரம்பித்தால் தளவாடச் சாமான்களுக்கான செலவு சுமார் 5 லட்சம் ரூபாய் ஆகும். அதேபோல் தளவாடச் சாமான்கள் உள்பட அந்தக் கடைக்காரர் கேட்கும் விலையோ 3 லட்சம் ரூபாய்தான்.

விலை சாதகமாக உள்ளது என்று அதே விலைக்கு அந்தக் கடையை நீங்களும் வாங்கிவிடுகிறீர்கள்! சொல்லப்போனால், உங்களுக்கு நல்ல ஒரு டீல் கிடைத்துள்ளது. சூர்யா சூப்பர் மார்க்கெட்டின் புத்தக மதிப்பு ரூபாய் 5 லட்சம். அதன் மார்க்கெட் விலையோ ரூபாய் 3 லட்சம். ஆக, அதன் பி/பிவி 0.6 (3/5 = 0.6) ஆகும்.

இதைப்போல் பல பங்குகள், தொழில் நன்றாக நடந்து கொண்டிருந்தாலும் தனது புத்தக மதிப்பிலிருந்து குறைந்த விலையில் கிடைக்கின்றன! முதலீட்டாளராகிய உங்களின் வேலை, அந்தப் பங்குகளை தேடிக் கண்டுபிடிப்பதுதான்! கண்டுபிடிப்பதோடு மட்டுமல்லாமல் அந்தப் பங்குகள் வேறுபல அளவுகோல்களிலும் சரிபட்டு வருகிறதா என்று கூர்ந்து கவனியுங்கள்!

19

டிவிடெண்ட் யீல்டு

குவாண்டிடேட்டிவ் அனாலிசிஸில் முக்கியமான விஷயங்கள் சிலவற்றைப் பார்த்தோம். அதன் தொடர்ச்சியாக, மேலும் சில முக்கியமான அளவுகோல்கள் குறித்துப் பார்ப்போம்.

டிவிடெண்ட் யீல்ட்:

எந்த ஒரு முதலீடும் தொடர்ந்து கொஞ்சமாவது கேஷ் ஃப்ளோவை கொடுத்து வரவேண்டும். உங்களுக்கு எக்ஸ்ட்ராவாக ஒரு வீடு இருந்து, அதிலிருந்து மாதா மாதம் வாடகை வந்து கொண்டிருந்தால் உங்களுக்கு சந்தோஷம்தானே! அதைப் போன்றதுதான் பங்கு முதலீட்டிலிருந்து வரும் 'டிவிடெண்ட்.' ஒரு நிறுவனப் பங்கில் நாம் நீண்ட நாட்களுக்கு முதலீட்டாளராக இருக்கும்போது, நமக்கு டிவிடெண்ட் ஒன்றுதான் கேஷ் ஃப்ளோவாகக் கிடைக்கக்கூடியது.

விகடன் பிரசுரம்

டிவிடெண்ட் என்பது, நிறுவனம் தனது லாபத்தில் ஒரு பகுதியை பங்குதாரர்களுக்கு பிரித்துக் கொடுப்பது. இதை சற்று விளக்கமாக பார்க்கலாமா..!

ஒவ்வொரு பங்குக்கும் 'முகமதிப்பு' இருக்கிறது. நம் நாட்டில் இந்த முகமதிப்பின் அடிப்படையில்தான் டிவிடெண்டை அறிவிக்கிறார்கள். உதாரணத்துக்கு, 10 ரூபாய் முகமதிப்பு கொண்ட இந்தியன் வங்கி, மார்ச் 2010-ல் முடிந்த நிதி ஆண்டில் 25% டிவிடெண்ட் ஒரு முறையும், 40% டிவிடெண்ட் மற்றொரு முறையும், ஆக மொத்தம் 65% (ரூபாய் 6.50) டிவிடெண்ட் அந்த ஆண்டு கொடுத்தது.

இந்த டிவிடெண்ட் சதவிகிதத்தை, முகமதிப்பை அடிப்படையாக வைத்து சொல்கிறார்கள். ஆனால், தற்போதைய விலையின் மீது வைத்து இதன் வருமானத்தைப் பார்ப்பது அல்லது நீங்கள் வாங்கிய விலையை வைத்து இதன் வருமானத்தைப் பார்ப்பதுதான் சரியானது. அதைத்தான் 'டிவிடெண்ட் யீல்ட்' என்கிறோம்.

உதாரணமாக, இந்தியன் வங்கியையே எடுத்துக்கொள்வோமே! இந்தப் பங்கின் தற்போதைய விலையை வைத்துப் பார்த்தால், இந்தியன் வங்கியின் மார்ச் 2010-ம் ஆண்டின் டிவிடெண்ட்

யீல்ட் 2.78% (6.50/234) ஆகும். இந்தியன் வங்கி தனது பங்கை முதன்முதலில் 2007-ம் ஆண்டு மக்களுக்கு விற்றபோது நீங்கள் அந்தப் பங்கை 91 ரூபாய்க்கு வாங்கியிருந்தால், உங்களின் யீல்ட் 7.14% (6.50/91) ஆகும். நீங்கள் பங்குகளை வாங்கப் போகுமுன் பார்க்க வேண்டிய அளவுகோல்களில் 'டிவிடெண்ட் யீல்ட்' ஒரு முக்கியமான அளவுகோல். அது அதிகமாக இருப்பது நல்லது.

சில சமயங்களில், நிறுவனத்தில் இருக்கும் பெரிய பிரச்னையால் பங்கு விலை திடீரென்று சரிந்திருக்கும். அதுபோன்ற சமயங்களில் டிவிடெண்ட் யீல்ட் அதிகமாக தென்படும். ஆகவே, முதலீட்டாளர்கள் எச்சரிக்கையுடன் செயல்பட வேண்டியது அவசியம்.

இந்தியப் பொருளாதாரமும் நிறுவனங்களும் இன்று வளர்ச்சிப் பாதையில் இருப்பதால், டிவிடெண்ட் யீல்ட் பொதுவாகவே குறைவாக உள்ளது. காரணம், நிறுவனங்கள் தங்களது லாபத்தை தொழில்களிலேயே திருப்பி முதலீடு செய்துவிடுவதுதான். நமது நிஃப்டி குறியீட்டின் டிவிடெண்ட் யீல்ட் வெறும் 1.07 சதவிகிதம்தான்.

வங்கி போன்ற சில துறை சார்ந்த பங்குகளின் டிவிடெண்ட் யீல்ட் சற்று அதிகமாக இருக்கும். பொதுவாக, நடுத்தர மற்றும் சிறிய நிறுவனங்களின் டிவிடெண்ட் யீல்ட் பெரிய நிறுவனங்களை விட அதிகமாக இருக்கும். ரிஸ்க் குறைவாக எடுக்க விரும்புகிறவர்கள் டிவிடெண்ட் யீல்ட் அதிகமாக உள்ள பங்குகளில் முதலீடு செய்யலாம். பொதுவாக, பழைய பொருளாதார நிறுவனங்களின் (புதிய பொருளாதார நிறுவனங்களைவிட) டிவிடெண்ட் யீல்ட் அதிகமாக இருக்கும்.

வீட்டுப் பாடம்!

கீழ்காணும் நிறுவனங்களின் கடந்த ஐந்து வருடங்களில் இருந்த மொத்தக் கடன் மற்றும் டிவிடெண்ட் யீல்டை அந்த நிறுவனங்களின் இன்கம் ஸ்டேட்மெண்ட் மற்றும் பேலன்ஸ் ஷீட்டில் இருந்து முறையே கண்டறியவும். மேலும், அந்த நிறுவனங்களின் ஷேர் ஹோல்டிங் பேட்டர்னை அந்த நிறுவனங்களின் இணையதளத்துக்கு சென்று கண்டறியவும்.

நிறுவனங்கள்: ஓ.என்.ஜி.சி, சுஸ்லான், பெல், இந்தியன் வங்கி.

உச்சபட்ச விலை / குறைந்தபட்ச விலை:

பங்குகளை வாங்க பல அளவுகோல்களை அலசும்போது, அந்தப் பங்கின் அதுவரையிலான உச்சபட்ச விலை/குறைந்தபட்ச விலை மற்றும் 52 வார அதிகம்/குறைவு போன்றவற்றையும் பாருங்கள். இது, பங்கானது காளையின் பிடியில் உள்ளதா அல்லது கரடியின் பிடியில் உள்ளதா என்பதைக் காண்பிக்கும். பங்குகள் தங்களது உச்சபட்ச விலையை ஒட்டி வர்த்தகம் ஆகும்போது வாங்குவதை தவிர்ப்பது நல்லது. அதேசமயம் பங்குகள் கரடியின் பிடியில் இருக்கும்போது வாங்குவது நல்லது.

சத்யம் கம்ப்யூட்டர்ஸ் நிறுவனத்துக்கு சில ஆண்டுகளுக்கு முன்பு நிகழ்ந்ததைப் போல, ஏதேனும் பெரிய பிரச்னைகள் ஒரு நிறுவனத்துக்கு நிகழலாம். அதுபோன்ற சமயங்களில் எச்சரிக்கை தேவை. சந்தை மொத்தமாக அடிபட்டிருக்கும்போது அல்லது சில துறைகள் அடிபட்டிருக்கும்போது, பங்குகள் மிகவும் மலிவான விலையில் கிடைக்க வாய்ப்பு உண்டு. அதுபோன்ற சமயங்களில் மற்ற அளவுகோல்கள் சாதகமாக இருக்கும்பட்சத்தில், அவற்றை உறுதியாகப் பயன்படுத்திக் கொள்ளுங்கள்.

ஷேர் ஹோல்டிங்:

நீங்கள் வாங்கப் போகும் நிறுவனத்தின் பங்குகளை வேறு யார் யார் வைத்திருக்கிறார்கள் என்று பாருங்கள். நன்றாக செயல்படும் மியூச்சுவல் ஃபண்ட் திட்டங்கள், அரசு சார்ந்த மற்றும் தனியார் துறையின் பெரிய நிறுவனங்கள், இன்ஷூரன்ஸ் நிறுவனங்கள், ஐ.எஃப்.சி (இன்டர்நேஷனல் ஃபைனான்ஸ் கார்ப்பரேஷன்) போன்ற நிறுவனங்கள் ஷேர் ஹோல்டராக இருப்பது பாஸிட்டிவ்-ஆன விஷயம். அதை நீங்கள் ஒரு ஃபில்ட்டராக வைத்துக் கொள்ளலாம். அவர்கள், ஓரளவு ஆராயாமல் அந்த நிறுவனப் பங்குகளை வாங்கியிருக்க மாட்டார்கள்.

எஃப்.ஐ.ஐ. என்று அழைக்கப்படும் வெளிநாட்டு நிறுவன முதலீட்டாளர்கள் ஷேர் ஹோல்டர்களாக இருப்பது ஒரு வகையில் நன்மை - பங்கின் விலை உயரும்; மற்றொரு வகையில் தீமை - வெளிநாடுகளில் அவர்களுக்கு போட்ட பணம் தேவைப்பட்டால் இங்கிருந்து உடன் எடுத்துச் செல்லும்போது, அந்தப் பங்கின் விலை சடாரென்று குறைய வாய்ப்புண்டு.

ஆகவே, சற்று எச்சரிக்கையுடன் செயல்பட வேண்டும். பெரிய நிறுவனப் பங்குகளைப் பொறுத்தவரை, இது ஒன்றும் பிரச்னை இல்லை. நடுத்தர மற்றும் சிறிய நிறுவனப் பங்குகள் அவ்வாறு அடிபட்டால் எழுந்து வர நாளாகும்.

மொத்தக் கடன்:

பல நிறுவனங்கள் மூலைக்கு தள்ளப்படுவதற்குக் காரணம், சக்திக்கு மீறிய கடன்தான். கடன் என்பது இருதலைக் கொள்ளி போன்றது. சமயம் சரியாக இருந்தால் ஒரு நிறுவனத்தை அளவுக்கு அதிகமாகத் தூக்கிவிடும். கஷ்டம் என்று வருகையில் அதலபாதாளத்துக்கு தள்ளிவிடும். இதுபோல், இந்தியாவிலும் வெளிநாடுகளிலும் பல நிறுவனங்கள் பாதாளத்தில் தள்ளப்பட்டு இருக்கின்றன.

கடனே இல்லாமல் செயல்படும் நிறுவனங்கள் மிக மிகச் சிறந்தவை. சில நேரங்களில் நிறுவனத்துக்கு ஓரளவு கடன் இருந்தால், மேனேஜ்மென்ட் சற்று துரிதமாக வேலை பார்க்கும். மேலும், நிறுவனத்தில் சற்று வேகம் இருக்கும். அதுபோக, பங்கின் மீதான வருமானம் சற்று அதிகமாக இருக்கும்.

நீங்கள் வாங்கப் போகும் நிறுவனத்தின் மொத்தக் கடன் எவ்வளவு என்று பாருங்கள். பங்கு முதலைப் போல் எத்தனை மடங்குக்கு கடன் வாங்கியுள்ளது என்பதைக் கவனியுங்கள். இது ஒவ்வொரு துறைக்கும் சற்று மாறுபடும். வங்கிகள், கடன் (டெபாசிட்) வாங்காமல் தொழில் செய்ய முடியாது. அதுபோல் சர்வீஸ் துறையில் இருக்கும் நிறுவனங்களுக்கு அதிகமாக கடன் தேவைப்படாது. நீங்கள் வாங்கப்போகும் பங்கை அந்தத் துறையில் உள்ள சிறந்த நிறுவனப் பங்குடன் ஒப்பிடுங்கள். அப்போது உங்களுக்குத் தெளிவு பிறக்கும்.

20

ரேஷியோ அனாலிசிஸ்...!

குவாண்டிடேட்டிவ் அனாலிசிஸில் முதலீட்டுக்கு நேரடியாக உதவும் அளவுகோல்களை அலசி ஆராய்ந்த நாம், அனாலிசிஸ் செய்ய விரும்புபவர்களுக்கு உண்டான அளவீட்டு முறைகள் என்னென்ன என்பது பற்றி சற்று ஆழமாகப் பார்ப்போம்.

விகிதாசார ஆய்வு (ரேஷியோ அனாலிசிஸ்) என்பது, ஃபைனான்ஷியல் உலகில் பரவலாக பயன்படுத்தப்படும் கருவி. நிதி முதலீட்டுக்கு மட்டுமல்ல, உங்கள் தினசரி வாழ்க்கை மற்றும் தொழிலுக்கும் இது மிகவும் பயன்படும்.

சிறிய உதாரணம் ஒன்றைப் பார்ப்போம். உங்களது சம்பளம் மாதத்துக்கு 20,000/- ரூபாய் என்று வைத்துக் கொள்வோம். உங்கள் சேமிப்பு மாதத்துக்கு 6,000/- ரூபாய் என்று வைத்துக் கொள்வோம். அப்படியென்றால், விகிதாசார அடிப்படையில் உங்கள் சேமிப்பு 30% (6,000/20,000) ஆகும். உங்கள் சேமிப்பை, உங்களின் வருமானத்துடன் ஒப்பிடுகிறோம்.

ஆனால், அதே சம்பளம் உள்ள உங்கள் நண்பரோ மாதம் 8,000/- ரூபாய் வரை சேமிக்கிறேன் என்று கூறுகிறார். அப்படியென்றால், அவரின் சேமிப்பு மாத வருமானத்தில் 40% (8,000/20,000).

இப்போது நீங்கள் இந்த சதவிகிதத்தை வைத்து உங்களின் செலவினங்களை உங்கள் நண்பரோடு ஒப்பிடுகிறீர்கள். எல்லாவற்றையும் கணக்குப் பார்த்ததில், உங்களால் இன்னும் ஓர் ஆயிரம் ரூபாய் சேமிக்க முடியும் என்று முடிவு செய்கிறீர்கள். ஆக, உங்களின் சேமிப்பு இனி வருங்காலத்தில் 35% (7,000/20,000) ஆகிவிடும். இந்த ரேஷியோ அனாலிசிஸ் செய்ததில் உங்களை நீங்களே மேம்படுத்திக் கொள்கிறீர்கள்.

இதேபோலத்தான் நீங்கள் வாங்கப்போகும் பங்கின் வெவ்வேறு விகிதங்களை அதன் போட்டி நிறுவனங்களோடு ஒப்பிட்டுப் பார்த்து, நீங்கள் வாங்கப் போகும் நிறுவனம் எந்த அளவு திறமையாகச் செயல்படுகிறது என்று அறிந்து கொள்ளலாம்.

'ரேஷியோ அனாலிசிஸ்' ஒரு பெரிய கடல் என்றாலும், அதில் முக்கியமான சில விகிதாசாரங்களை நாம் இங்கு தெரிந்து கொள்ளலாம்.

விகிதாசாரங்களை லாப அடிப்படையில், ஆபரேஷன்ஸ் அடிப்படையில், நிர்வாகத் திறமையின் அடிப்படையில், கடன் அடிப்படையில்... என பலவாறாகப் பிரித்துக் கொள்ளலாம். இங்கு சில முக்கியமான விகிதங்களைப் பார்ப்போம்.

முதலில், லாபத்தை அடிப்படையாகக் கொண்ட சில விகிதங்களைப் பார்ப்போம்.

பெல் நிறுவனத்தின் (மார்ச் 2010-ல் முடிந்த) 'இன்கம் ஸ்டேட்மென்ட்' குறிப்பு இங்கு உள்ளது. இந்த ஸ்டேட்மென்ட் ஒரு பொது வடிவத்தில் உள்ளது. இதில் அந்த நிறுவனத்தின் நிகர விற்பனை 33,226.25 கோடி ரூபாய்; ஸ்டாக் அட்ஜஸ்ட்மென்ட்ஸ் 786.65 கோடி ரூபாய். அந்த நிறுவனத்தின் மொத்த செலவுகள் 27,913.71 கோடி ரூபாய். அதன் ஆபரேட்டிங் லாபம் 6,099.19 கோடி ரூபாய் (33,226.25 + 786.65 - 27,913.71).

ஆபரேட்டிங் பிராஃபிட் என்பது, வட்டி, தேய்மானம் மற்றும் வருமான வரிக்கு முன்பான லாபம். அதாவது, நிகர விற்பனையிலிருந்து விற்பனைக்கு நேரடியாக உள்ள செலவுகளைக் கழித்தால் கிடைப்பது.

விகடன் பிரசுரம்

இப்போது அந்த நிறுவனத்தின் ஆபரேட்டிங் பிராஃபிட் மார்ஜின் என்னவென்று பார்ப்போம்...

ஆபரேட்டிங் பிராஃபிட் மார்ஜின் = ஆபரேட்டிங் பிராஃபிட்/நிகர விற்பனை.

அதன்படி பெல்லின் மார்ச் 2010-ல் முடிந்த நிதி ஆண்டின் ஆபரேட்டிங் பிராஃபிட் மார்ஜின் 18.4% *(6,099.19/33,226.25)*.

> **வீட்டுப் பாடம்!**
>
> நாம் பார்த்த நான்கு ரேஷியோக்களையும் செயில், ஹிந்துஸ்தான் யுனிலீவர், என்.டி.பி.சி, ரிலையன்ஸ் கம்யூனிகேஷன் போன்ற நிறுவனங்களுக்கு கண்டறிந்து, அவற்றின் போட்டி நிறுவனங்களோடு ஒப்பிட்டுப் பார்க்கவும்.

அதைப்போல நெட் பிராஃபிட் (நிகர லாப) மார்ஜினும் மிகவும் உபயோகமான ஒன்று.

நெட் பிராஃபிட் மார்ஜின் = நெட் பிராஃபிட்/ மொத்த வருமானம்.

நிகர விற்பனையுடன் மற்ற வருமானம் மற்றும் ஸ்டாக் கூட்டி குறைவதைச் சேர்த்துக் கொண்டால் மொத்த வருமானம் கிடைக்கும். பெல் நிறுவனத்துக்கு அந்த வருடம் பிற வருமானங்கள் (இன்வெஸ்ட்மென்ட்ஸ் மூலமோ அல்லது சொத்துகளை விற்றதன் மூலமோ அல்லது வேறு ஏதேனும் செய்யும் தொழில் சாராததில் இருந்து வரும் வருமானம்) 1,085.73 கோடி ரூபாய். ஸ்டாக் அட்ஜஸ்ட்மென்ட் 786.65 கோடி ரூபாய். ஆக, அந்த வருட மொத்த வருமானம் 35,098.63 கோடி ரூபாய்.

நிகர லாபம் 4,310.64 கோடி ரூபாய். இந்த நிகர லாபத்துக்கும் மொத்த வருமானத்துக்கும் உள்ள விகிதம்தான் நெட் பிராஃபிட் மார்ஜின். பெல்லின் மார்ச் 2010 நிகர லாப மார்ஜின் 12.30% (4,310.64/35,098.63). இந்த விகிதம் மூலம், ஒவ்வொரு ரூபாய் விற்பனைக்கும் லாபம் எவ்வளவு என்று நாம் தெரிந்து கொள்ளலாம்.

இதுதவிர மூலப்பொருட்களுக்கும் விற்பனைக்கும் உள்ள விகிதம்; விற்பனை, நிர்வாகம் மற்றும் பொதுச் செலவுகளுக்கும் விற்பனைக்கும் உள்ள விகிதம்; மின்சாரம் மற்றும் எரிபொருளுக்கும் விற்பனைக்கும் உள்ள விகிதம் என நமது ஆய்வின் தேவைக்கு ஏற்றாற்போல் பலவிதமான விகிதங்களை கணக்கிட்டு கொண்டே செல்லலாம்.

இந்த விகிதங்களைக் கணக்கிடுவது பெரிதல்ல. கணக்கிடுவதோடு அந்த நிறுவனத்தின் போட்டி நிறுவனங்களின் விகிதம் எவ்வாறு உள்ளது என்று ஒப்பிட்டுப் பார்க்க வேண்டும். அப்போதுதான் நீங்கள் வாங்கப்போகும் நிறுவனம் எந்த அளவு திறமையாக செயல்பட்டுக் கொண்டிருக்கிறது என்று தெரியும் - சேமிப்பில் உங்கள் நண்பரை ஒப்பிட்டது போல!

இன்னும் சில முக்கியமான விகிதங்கள்:

சிறிய தொழில் செய்யும் பலர், தங்களிடம் எவ்வளவு சரக்கு (இன்வென்டரி) உள்ளதோ தங்களுடைய தொழில் அவ்வளவு பலமாக உள்ளது என்று நினைப்பார்கள். ஆனால், பெரிய

விகடன் பிரசுரம்

தொழில் நிறுவனங்கள் அப்படி நினைக்காது. காரணம், நாம் நூற்றுக்கணக்கான கோடிகளில் உள்ள சரக்குகளைப் பற்றி பேசுகிறோம். இதற்கெல்லாம் ஒருபடி மேலே போய் ஜப்பானியர்கள் அறிமுகப்படுத்திய 'ஜஸ்ட் இன் டைம் இன்வென்டரி மேலாண்மை' இன்று பரவலாக உபயோகப்பட்டு வருகிறது. ஒவ்வொரு நிறுவனமும் தனது சரக்குகளை எத்தனை முறை சுழற்சி (அல்லது விற்பனை) செய்கிறது என்பதைக் கணக்கிட்டுவிட்டால் அந்த நிறுவனம் எந்த அளவுக்கு சிறப்பாக செயல்படுகிறது என்பது விளங்கும்.

உதாரணத்துக்கு, நீங்கள் ஒரு மருந்துகடைக்காரர் என்றும், உங்களின் தினசரி விற்பனை 20,000/- ரூபாய் என்றும் வைத்துக் கொள்வோம். வருடத்துக்கு சுமாராக 72 லட்ச ரூபாய்க்கு விற்பனை செய்கிறீர்கள். உங்கள் கடையில் எப்போதும் இருக்கும் சரக்கின் மதிப்போ 12 லட்சம் ரூபாய் என்று வைத்துக் கொள்வோம். அப்படியென்றால், உங்கள் சரக்கின் சுழற்சி 6 (72/12). இந்த சுழற்சியை நீங்கள் கூட்ட முடிந்தால் உங்களின் லாபம் உறுதியாகக் கூடும்.

பெல் நிறுவனத்தின் சரக்கு சுழற்சி என்னவென்று பார்ப்போம்.

இன்வென்டரி டர்னோவர் = ஆண்டின் விற்பனை/ஆண்டு முடிவில் உள்ள சரக்குகளின் மதிப்பு.

பெல் நிறுவனத்தின் ஆண்டு இறுதி இன்வென்டரி (பேலன்ஸ் ஷீட்டில் கிடைக்கும்) 9,235.46 கோடி ரூபாய். அந்த வருடத்தின் நிகர விற்பனை 33,226.25 கோடி என நமக்குத் தெரியும். ஆக, பெல் நிறுவனத்தின் இன்வென்டரி டர்னோவர் 3.6 (33226.25/9235.46). இந்த இன்வென்டரி டர்னோவர் எவ்வளவு அதிகமாக இருக்கிறதோ, அந்த அளவுக்கு நல்லது. அத்தனை முறை நிறுவனம் தன்னிடம் உள்ள சரக்குகளை சுழலச் செய்துள்ளது என்று பொருள்.

மேற்கண்ட ரேஷியோக்களைப் போல, ஒரு நிறுவனம் எவ்வளவு கடன் வாங்கியுள்ளது என்பது முதலீட்டாளர்களாகிய நமக்கு மிகவும் முக்கியம். கன்ஸர்வேட்டிவ் முதலீட்டாளர்கள், தாங்கள் வாங்கப்போகும் நிறுவனத்தில் கடனே இருக்கக்கூடாது என்று விரும்புவார்கள். இதை ஆராய்ந்து அறிவதற்கு, கடனுக்கும் பங்கு முதலீட்டுக்கும் உள்ள விகிதம் மிகவும் உதவும். இதை 'டெப்ட் டு ஈக்விட்டி ரேஷியோ' எனக் கூறுவர்.

பெல் நிறுவனத்தின் மொத்தக் கடன், மார்ச் 2010 முடிவில் 127.75 கோடி ரூபாய். அந்த ஆண்டு பங்கு மூலதனம் மற்றும் ரிஸர்வ்ஸ் 15,917.36 கோடி ரூபாய். ஆகவே, அதன் 'டெப்ட் டு ஈக்விட்டி ரேஷியோ' 0.008 (1%-ற்கும் குறைவு) (127.75/15,917.36) ஆகும். இதுவே சில நிறுவனங்களுக்கு 100% அல்லது 200% என்றுகூட இருப்பது உண்டு. உற்பத்தி செய்யும் நிறுவனங்களுக்கு அதுபோல் அதிகக் கடன் இருந்தால், பொருளாதாரம் சீர்குலையும்போது, அந்த நிறுவனங்கள் மூலைக்குத் தள்ளப்படும்.

டெப்ட் டு ஈக்விட்டி ரேஷியோ = மொத்தக் கடன்/ஷேர் ஹோல்டரின் நிதி.

ரேஷியோ அனாலிசிஸ் செய்யும்போது ஒன்றை ஞாபகத்தில் வைத்துக் கொள்ள வேண்டும் - இந்த ரேஷியோக்களை ஒவ்வொரு துறையையும் வைத்துப் பார்க்க வேண்டும். உதாரணத்துக்கு, நிதித் துறை சார்ந்த நிறுவனங்கள், ரீடெய்ல் துறை, உற்பத்தித் துறை நிறுவனங்கள், மின்சாரம் தயாரிக்கும் நிறுவனங்கள் என ஒவ்வொரு துறைக்கும் தேவைகள் வெவ்வேறு. ஆகவே, அவற்றின் ரேஷியோக்களும் சற்று வித்தியாசப்படும்.

உதாரணமாக, ரீடெய்ல் துறையில் டர்னோவர் ரேஷியோ அதிகமாக இருக்கும். நிதித் துறை நிறுவனங்கள் மற்றும் மின்சாரத் துறை நிறுவனங்களுக்கு அதிகமாக கடன் இருக்கலாம். ஆகவே, ரேஷியோக்களை அதன் துறை சார்ந்த, ஒரே அளவிலான நிறுவனங்களோடு ஒப்பிட்டுப் பார்ப்பதே சரி.

21

இன்னும் சில ரேஷியோக்கள்...!

எந்த ஒரு தொழிலும் லாபகரமாக நடக்கிறதா என்று கண்காணிப்பது முக்கியம். அந்த வகையில் 'ரேஷியோ அனாலிசிஸ்'ஸின் தொடர்ச்சியாக மேலும் முக்கியமான சில ரேஷியோக்களைப் பற்றி பார்ப்போம்.

1) **ஆர்.ஓ.இ.** (ROE - Return On Equity): பங்கு முதலீட்டுக்கு கிடைக்கும் வருமானம்தான் ஆர்.ஓ.இ. எனப்படுகிறது.

ஆர்.ஓ.இ. = நிகர லாபம்/பங்குதாரர்களின் முதலீடு.

இது, சதவிகிதமாக கூறப்படும். பெல் நிறுவனத்துக்கான (மார்ச் 2010-ல் முடிந்த நிதி ஆண்டில்) இந்த ஆர்.ஓ.இ. எவ்வளவு என்று பார்ப்போம்.

பங்குதாரர்களின் முதலீடு என்பது, ஷேர் கேப்பிட்டல் மற்றும் ரிஸர்வ்ஸ் + சர்ப்ளஸ் ஆகிய இரண்டும் சேர்ந்ததாகும். பெல் நிறுவனத்துக்கு 31-03-2010 அன்று ஷேர்

கேப்பிட்டல் 489.52 கோடி ரூபாயாகும். அன்றைய தினத்தில் ரிஸர்வ்ஸ் + சர்ப்ளஸ் 15,427.84 கோடி ரூபாய். ஆக மொத்தம் 15,917.36 கோடி ரூபாய். அந்த வருட நிகர லாபம் 4,310.64 கோடி ரூபாய். ஆகவே, பெல் நிறுவனத்தின் ஆர்.ஓ.இ. 27.08% (4,310.64/15,917.36) ஆகும்.

இதையே ஆர்.ஓ.என்.டபிள்யூ. (RONW - Return On Net Worth) என்றும் கூறுவார்கள். இந்த ரேஷியோ, பங்குதாரர்களின் முதலீட்டை ஒரு நிர்வாகம் எந்த அளவுக்கு திறமையாகப் பயன்படுத்துகிறது என்பதைக் காட்டும்.

2) ஆர்.ஓ.ஏ. (ROA - Return On Assets): பங்குச் சந்தை முதலீட்டாளர்களால் பரவலாக அலசப்படும் இன்னொரு ரேஷியோ இது.

ஆர்.ஓ.ஏ. = நிகர லாபம்/மொத்த சொத்துகள்.

பெல்லின் (மார்ச் 2010-ம் ஆண்டுக்கான) நிகர லாபம் 4,310/- கோடி ரூபாய். அந்த ஆண்டின் மொத்த சொத்துகளின் மதிப்பு 16,045/- கோடி ரூபாய். ஆகவே, அதன் ஆர்.ஓ.ஏ. (4,310/16,045) 26.9% ஆகும். ஆர்.ஓ.ஏ. அதிகமாக இருப்பது நன்று. வங்கிகள் போன்ற அதிகமாக சொத்துகள் தேவைப்படும் துறைகளுக்கு ஆர்.ஓ.ஏ. என்பது 1% - 2% என்ற ரேஞ்சில் பொதுவாக இருக்கும். இந்த விகிதத்தையும் துறை சார்ந்த நிறுவனங்களுடன் ஒப்பிட்டுப் பார்ப்பதே சிறந்தது. இந்த விகிதத்தில் இருந்து அந்த குறிப்பிட்ட தொழிலுக்கு எவ்வளவு சொத்துகள் (பணம்) தேவைப்படுகிறது என்பதைத் தெரிந்து கொள்ளலாம்.

3) ஏ.டி.ஆர். (ATR - Asset Turnover Ratio): இது, ஒவ்வொரு ரூபாய் சொத்துக்கும் எவ்வளவு விற்பனை நடந்துள்ளது என்பதையும், நிறுவனத்தின் சொத்துகளை நிர்வாகம் எந்த அளவுக்கு திறமையாக உபயோகித்துள்ளது என்பதையும் காட்டும்.

ஏ.டி.ஆர். = மொத்த விற்பனை/மொத்த சொத்துகள்.

வீட்டுப் பாடம்!

இங்கு உள்ள ஐந்து விகிதங்களை கீழே கொடுக்கப்பட்டுள்ள நான்கு நிறுவனங்களுக்கு கண்டறிந்து, அவற்றின் போட்டியாளர் நிறுவனங்களுடன் ஒப்பிட்டுப் பார்க்கவும்.

நிறுவனங்கள்: எஸ்.பி.ஐ, கெயில், டி.சி.எஸ்., பார்தி ஏர்டெல்.

விகடன் பிரசுரம்

பெல் நிறுவனத்தின் மார்ச் 2010-ம் ஆண்டின் மொத்த விற்பனை 34,396.67 கோடி ரூபாய். அந்த ஆண்டு மொத்த சொத்துகளின் மதிப்பு 16,045 கோடி ரூபாய். ஆகவே, அஸட் டேன்ஓவர் ரேஷியோ 2.14 (34,396.67/16,045) ஆகும். பொதுவாக, குறைந்த லாப மார்ஜின் உள்ள நிறுவனங்களுக்கு அதிக அஸட் டேன்ஓவர் இருக்கும். அதேபோல் அதிவேகமாக வளரும் நிறுவனங்கள் லாபத்துடன் வளர்கின்றனவா என்பதையும் இந்த ரேஷியோ மூலம் தெரிந்து கொள்ளலாம்.

4) ஐ.சி.ஆர். (ICR - Interest Coverage Ratio): இது இன்னுமொரு முக்கியமான விகிதமாகும். இந்த ரேஷியோ, கடன் வாங்கியிருக்கும் பல நிறுவனங்களுக்கும் தனி நபர்களுக்கும் மிக முக்கியமான ஒன்று. அதேபோல் தனி நபர்களுக்கும் மற்றும் நிறுவனங்களுக்கும், கடன் கொடுப்பவர்களுக்கும் (டெபாசிட் கொடுப்பவர்கள் என்று படிக்கவும்) இது ஒரு முக்கியமான விகிதம். இந்த விகிதம் கடன் வாங்கும் நிறுவனம் எந்த அளவு தனது கடனை சர்வீஸ் செய்ய முடியும் என்பதைக் காண்பிக்கும்.

ஐ.சி.ஆர். = வட்டி மற்றும் வரிக்கு முந்தைய லாபம்/ வட்டிச் செலவு.

ஷேர் மார்க்கெட் - A to Z

பெல் நிறுவனத்துக்கு மார்ச் 2010-ல் முடிந்த நிதி ஆண்டுக்கு வட்டி மற்றும் வரிக்கு முந்தைய லாபம் 6,590/- கோடி ரூபாய். அந்த வருட வட்டிச் செலவு 33.5 கோடி ரூபாய். ஆகவே, இன்ட்ரஸ்ட் கவரேஜ் கிட்டதட்ட 199.6 (6,727/33) ஆகும். இந்த விகிதம் அதிகமாக இருப்பது பொதுவாக நல்லது. பெல் போன்ற இன்ட்ரஸ்ட் கவரேஜ் உள்ள நிறுவனத்துக்கு வங்கிகளும் தனிநபர்களும் கடன் கொடுப்பதற்கு வரிசையில் நிற்பர். அதோடு மட்டுமல்ல குறைந்த வட்டி விகிதத்திலும் கடன் கிடைக்கும்.

5) டி.பி.ஆர். (DPR - Dividend Payout Ratio): ஒவ்வொரு வருடமும் தான் ஈட்டும் மொத்த லாபத்தில் இருந்து எந்த அளவு பங்குதாரர்களுக்கு டிவிடெண்டாக நிறுவனம் கொடுக்கிறது என்பதை இது எடுத்துக்காட்டும்.

டி.பி.ஆர். = மொத்த டிவிடெண்ட்/நிகர லாபம்.

பெல் நிறுவனம் மார்ச் 2010-ம் ஆண்டு பங்குதாரர்களுக்கு வழங்கிய மொத்த டிவிடெண்ட் (டிவிடெண்ட் டேக்ஸ் உட்பட) 1,350/- கோடி ரூபாய். அந்த வருட நிகர லாபம் 4,310/- கோடி ரூபாய். ஆகவே, டிவிடெண்ட் பே அவுட் ரேஷியோ 31.3% (1,350/4,310) ஆகும். மீதி உள்ள லாபத்தை தனது தொழில் வளர்ச்சிக்காக பெல் நிறுவனம் பயன்படுத்திக்கொள்ளும்.

டிவிடெண்ட் பே அவுட் ரேஷியோ, இந்தியா போன்ற வளரும் பொருளாதாரங்களில் உள்ள நிறுவனங்களில் சற்று குறைவாகவே இருக்கும். அமெரிக்கா போன்ற வளர்ந்த பொருளாதாரங்களில் இந்த ரேஷியோ அதிகமாக இருக்கும். இந்தியாவிலும் அதிக பே அவுட் கொடுக்கக்கூடிய நிறுவனங்களும் உள்ளன. பங்கு முதலீட்டில் சற்று ரிஸ்க் குறைவாக எடுக்க நினைப்பவர்கள், அதிக டிவிடெண்ட் பே அவுட் கொடுக்கக்கூடிய நிறுவனங்களாகப் பார்த்து முதலீடு செய்யலாம்.

இதுவரை நாம் முக்கியமான ரேஷியோக்கள் பற்றிப் பார்த்தோம். இதுபோல் பல ரேஷியோக்கள் உள்ளன. இது ஓர் ஆரம்பமே; முடிவல்ல! நீங்கள் வாங்கப் போகும் நிறுவனங்களின் விகிதாசாரங்களை அலசி ஆராய்வதன் மூலம் ஒரு தெளிவான முடிவை எடுக்கலாம்.

22

வேல்யூவேஷன்!

ஒரு பங்கை மதிப்பிட, ஒப்பிட உதவும் எளிதான உபகரணங்களான பலவிதமான ரேஷியோக்களையும், வேறு பல குறியீடுகளையும் பார்த்தோம். ஒரு பங்கை அல்லது ஒரு நிறுவனத்தின் மதிப்பை எவ்வாறு கணக்கிட முடியும்? விரிவாகக் காணும்முன் சில சந்தேகங்களுக்கு பதில் காண்போம்.

சமீபத்தில், தனியார் நிறுவன வேலையை விட்டுவிட்டு தொழில் தொடங்க முயற்சி செய்து கொண்டிருக்கும் ஒருவர் ஆலோசனைக்காக வந்திருந்தார். ஏற்கெனவே செயல்பட்டு வரும் ஒரு நிறுவனத்தை வாங்குவதற்காக அவர் பேச்சுவார்த்தை நடத்திக் கொண்டிருந்தார்.

நிறுவனத்தை விற்பவர் அந்த நிறுவனத்தின் நிகர லாபத்தைப் போல ஐந்து மடங்கு விலை கேட்பதாகச் சொன்னார். என்னிடம் ஆலோசனை கேட்க வந்தவருக்கோ, ஏன்

அவ்வளவு விலை கேட்கிறார் என்று புரியவில்லை. வந்திருந்தவரைப் பொறுத்தமட்டில், வாங்கப்போகும் நிறுவனத்தில் உள்ள உபகரணங்களுக்கும், இடத்துக்கும் பணம் கொடுத்தால் போதும் என்று நினைக்கிறார். தான் புதிதாக அந்தத் தொழிலைத் தொடங்கப்போனால் அவ்வளவுதானே செலவாகும் என்று நினைக்கிறார். அவர் நினைப்பதில் தப்பில்லை. ஆனால், உலகம் அவ்வாறு செயல்படுவதில்லை என்பதுதான் உண்மை! ஏன் என்பதை விளக்கமாக எடுத்துச் சொல்கிறேன்.

நீங்கள் ஒரு வீடு வாங்க நினைக்கிறீர்கள். நீங்கள் வாங்கப்போகும் இடத்தில் அடுக்குமாடி கட்டட வீடுகள் சதுர அடி 2,500/- ரூபாய் என்று விலை போய்க் கொண்டிருக்கிறது. உங்கள் நண்பர் அந்த விலைக்குத்தான் அந்தக் கட்டடத்தில் வீடு முன்பதிவு செய்துள்ளதாகக் கூறுகிறார். பத்திரிகைகளில் பார்த்ததில், அந்த ஏரியாவில் அந்த விலைதான் போவதாகப் போட்டிருக்கிறார்கள். இவற்றையெல்லாம் பார்த்துவிட்டு அந்த விலை சரிதான் என்று நினைத்து நீங்களும் புக் செய்ய முடிவெடுத்து விடுகிறீர்கள். நீங்கள் செய்தது ஒரு வகையான வேல்யூவேஷன். சந்தை விலையை வைத்து மதிப்பிட்டுள்ளீர்கள்.

'ஒருவகை என்று கூறுகிறீர்களே, அப்படியானால் இதில் வேறு வகை இருக்கிறதா?' என்று நீங்கள் கேட்கலாம்.

வீட்டுப் பாடம்!

நீங்கள் செய்யும் தொழிலின் கடந்த ஆண்டு நிகர லாபத்தை எடுத்துக் கொள்ளுங்கள். உங்கள் துறையில் லிஸ்ட் செய்யப்பட்டுள்ள நிறுவனங்களின் பி/இ ஆவரேஜை இணையதளங்களின் உதவியுடன் கண்டுபிடியுங்கள். அந்த ஆவரேஜ் பி/இ-ஐ உங்கள் நிறுவனத்தின் நிகர லாபத்தால் பெருக்குங்கள். கிடைப்பது உங்கள் நிறுவனத்தின் சுமாரான மதிப்பு என்று எடுத்துக் கொள்ளலாம்.

நீங்கள் வேலை செய்பவர் என்றால், வேலை செய்யும் நிறுவனத்தின் பி/இ-ஐ (சந்தையில் லிஸ்ட் செய்யப்பட்டிருக்கும் பட்சத்தில்) பிற போட்டி நிறுவனங்களின் பி/இ-உடன் ஒப்பிடுங்கள். வித்தியாசம் இருப்பின் அதன் காரணங்களை அலச முற்படுங்கள்.

உண்டு. அந்த வீட்டிலிருந்து உங்களுக்கு எதிர்காலத்தில் வரப்போகும் வருமானத்தை கணக்கிட்டுப் பார்த்து அந்த வீட்டின் விலையை மதிப்பிடலாம். அதேபோல் அந்த வீட்டை நீங்கள் சொந்தமாகக் கட்டினால் எவ்வளவு செலவு ஆகும் என்று கணக்கிடலாம். அல்லது நீங்கள் அந்த வீட்டை முதலீட்டுக்காக மட்டும் வாங்குகிறீர்கள் என்றால், ரியல் எஸ்டேட் துறை அடிபடும்போது வாங்கினால் எவ்வளவு குறைவாக வாங்கலாம் என்று கணக்கிட்டுப் பார்க்கலாம். இதுபோல் பல வேல்யூவேஷன் முறைகள் உள்ளன.

இதேமாதிரி பங்குகளின் மதிப்பையும் பல்வேறு வேல்யூவேஷன்களின் அடிப்படையில் கணக்கிட முடியும்!

கீழே கொடுக்கப்பட்டுள்ள முறைகளை மட்டும் எடுத்துச் சொல்கிறேன்.

1. பி/ இ மடங்கு முறை
2. புத்தக மதிப்பு முறை
3. சந்தை மதிப்பு முறை
4. புதிதாக அமைக்க ஏற்படும் செலவு கணக்கீட்டு முறை (Replacement Cost Method)
5. வொர்ஸ்ட் கேஸ்/பெஸ்ட் கேஸ்
6. டி.சி.எஃப். முறை (DCF - Discounted Cash Flow)

இந்த முறைகளைப் பற்றி சற்று விரிவாகக் காண்போம்

பி/இ மடங்கு முறை:

இதைப் பற்றி நாம் ஏற்கெனவே விரிவாகப் பார்த்திருக்கிறோம். பங்கின் சந்தை விலையை பங்கின் வருமானத்தால் வகுத்தால் கிடைப்பதுதான் பி/இ. நீங்கள் வாங்கப்போகும் பங்கின் பி/இ-யை அந்தத் துறையில் உள்ள மற்றுமொரு பங்குடன் ஒப்பிட்டுப் பார்க்கும்போது, நீங்கள் வாங்கப்போகும் பங்கின் விலை அதிகமாக உள்ளதா அல்லது குறைவாக உள்ளதா என்பது தெரியவரும். ஆனால், நீங்கள் ஒப்பிடப்போகும் நிறுவனத்தை தேர்ந்தெடுப்பதில் கவனமாக இருக்க வேண்டும்.

இவ்வாறு தேர்ந்தெடுப்பதை பியர் குரூப் (Peer Group) உண்டு பண்ணுவது என்று கூறுவார்கள். நீங்கள் வாங்கப் போகும் பங்கும் ஒப்பிட எடுத்துக்கொள்ளும் பங்கும்/பங்குகளும் முதலில் ஒரே துறையில் ஒரே மாதிரியான தொழில்களை செய்து வரவேண்டும். அந்த நிறுவனங்களின் விற்பனை (டேர்ன் ஓவர்) போன்றவை கிட்டத்தட்ட சமமாக இருக்க வேண்டும்.

உதாரணத்துக்கு நீங்கள் இந்தியன் பேங்கின் பங்கை வாங்கலாமா என்று நினைக்கிறீர்கள். அது ஒரு பொதுத் துறை வங்கி. இந்த வங்கியை இன்னொரு பொதுத் துறை வங்கியோடுதான் ஒப்பிட்டுப் பார்க்க வேண்டும். வேறு வங்கிகளுடனோ அல்லது நிதி நிறுவனங்களுடனோ ஒப்பிட்டுப் பார்ப்பது சரியல்ல! பொதுத் துறை வங்கிகளிலும், அந்த வங்கிக்கு இணையாக இருக்கும் இன்னொரு வங்கியுடன்தான் ஒப்பிட வேண்டும். இந்தியன் வங்கியை, எஸ்.பி.ஐ. உடன் ஒப்பிடுவதும் சரியல்ல.

அப்படியானால், இந்தியன் வங்கியை இந்தியன் ஓவர்சீஸ் வங்கியுடன் ஒப்பிடலாமா? தாராளமாக! ஏனென்றால், இரண்டு வங்கிகளும் தென்னிந்தியாவில் தனது கிளைகளை பெரும்பாலும் கொண்டுள்ளது. இரண்டு வங்கிகளின் மொத்த வருமானமும் கிட்டத்தட்ட அருகில் உள்ளது. (இந்தியன் வங்கியின் 31-03-2011-ல் முடிந்த நிதி ஆண்டின் மொத்த வருமானம் 10,543/- கோடி ரூபாய்; இந்தியன் ஓவர்சீஸ் வங்கியின் அந்த ஆண்டு மொத்த வருமானம் 13,327/- கோடி ரூபாய்).

இதுபோல பொதுவான அளவுகோல்களை ஒப்பிட்டு பியர் குரூப் சேர்க்க வேண்டும். இந்தியன் ஓவர்சீஸ் வங்கியுடன் அலகாபாத் பேங்க்கையும் சேர்த்துக் கொள்ளலாம். அந்த வங்கி வடநாட்டில் பெரும்பாலும் தனது கிளைகளை கொண்டிருந்த போதிலும், அதன் மொத்த வருமானம் (மார்ச் 2011) 12,472/- கோடி ரூபாய். இதேபோல் கார்ப்பரேஷன் பேங்க், சிண்டிகேட் பேங்க், ஓரியன்டல் பேங்க், யூகோ பேங்க் போன்ற வங்கிகளையும் ஒப்பிட்டுப் பார்க்க நீங்கள் எடுத்துக் கொள்ளலாம்.

இப்போது ஒரேமாதிரியான தன்மைகளைக் கொண்ட பியர் குரூப்பை உண்டு பண்ணிவிட்டீர்கள். பியர் குரூப்பின் பி/இ

சராசரியை (சமீபத்திய இன்கம் ஸ்டேட்மென்டை வைத்துக் கொண்டு) பாருங்கள். இந்தியன் வங்கியின் பி/இ பியர் குரூப் ஆவரேஜுடனும் மற்றும் மிகவும் நெருங்கிய பேங்குடனும் ஒப்பிட்டுப் பாருங்கள். ஏன் வித்தியாசப்படுகிறது என்று அலசுங்கள். பிற அளவுகோல்களுடன் (பி/பிவி, டிவிடெண்ட் யீல்ட், வாராக்கடன் சதவிகிதம், வருமான வளர்ச்சி, கிளைகளின் எண்ணிக்கை, ஷேர் ஹோல்டிங் பேட்டர்ன், இன்னும் பிற) ஒப்பிட்டுப் பாருங்கள். அப்போது வித்தியாசம் ஏன் என்று புரியும். அதை வைத்து, இந்தியன் வங்கிப் பங்குகளை வாங்குவது உகந்ததா, இல்லையா என்று முடிவெடுக்கலாம்.

மேலே நாம் கண்ட வேல்யூவேஷன், பங்குச் சந்தையில் லிஸ்ட் செய்யப்பட்ட நிறுவனங்களுக்கு சரிப்பட்டு வரும். ஏனென்றால், அவற்றுக்குத் தேவையான எல்லா விபரங்களும் நமக்கு கிடைக்கும். ஆனால், நீங்கள் சந்தையில் லிஸ்ட் செய்யப்படாத நிறுவனத்தை வாங்கச் செல்கிறீர்கள் என்று வைத்துக் கொள்வோம். அப்போது சந்தையில் லிஸ்ட் செய்யப்பட்ட அதே துறை சார்ந்த நிறுவனங்களின் பி/இ ஆவரேஜை எடுத்துக்கொண்டு, வாங்கப்போகும் நிறுவனத்தின் நிகர லாபத்தை அந்த ஆவரேஜ் பி/இ-ஆல் பெருக்கினால் நீங்கள் வாங்கப்போகும் நிறுவனத்தின் உத்தேச மதிப்பு கிடைக்கும். அதிலிருந்து எவ்வளவு குறைத்து வாங்க முடியுமோ அவ்வளவு நல்லது.

23

வேறு எப்படியெல்லாம் மதிப்பீடு செய்யலாம்?

பங்குகளையும் தொழில்களையும் மதிப்பீடு செய்வதில், இன்னும் சில முறைகள் உள்ளன.

புத்தக மதிப்பு முறை:

சென்ற அத்தியாயத்தில் ஒரு கஸ்டமர் அவர் வாங்கப்போகும் நிறுவனத்தின் தளவாடச் சாமான்களின் மதிப்பைத்தான் கொடுப்பதற்கு தயாராக இருந்தார் என்று கூறினேன் அல்லவா? அவர் சொன்னது கிட்டத்தட்ட அந்த நிறுவனத்தின் புத்தக மதிப்பைத்தான்.

நிறுவனத்தின் புத்தக மதிப்பில், அவர் அந்த நிறுவனத்தை விலைக்கு வாங்க முயன்றார். ஆனால் விற்பவரோ ஒப்புக்கொள்ளவில்லை. நிறுவனத்தின் அல்லது பங்கின் புத்தக மதிப்பை சரியாக கணக்கிட்டு, அதன் மூலம் நிறுவனத்தின்/ பங்கின் மதிப்பைக் கண்டறிவதுதான் 'புத்தக மதிப்பீட்டு முறை'.

புத்தக மதிப்பை வைத்து கணக்கிடுவது எல்லாத் தொழில்களுக்கும் பொருந்தாது.

உதாரணத்துக்கு, நீங்கள் டிபார்ட்மென்ட் ஸ்டோர் ஒன்று வைத்துள்ளீர்கள். அந்த ஸ்டோரரை நீங்கள் ஆரம்பித்து 15 வருடங்கள் ஆகிவிட்டன என்று வைத்துக் கொள்வோம். உங்கள் ஸ்டோரின் தற்போதைய தளவாடச் சாமான்களின் மதிப்பு 10 லட்சம் ரூபாய் என்று வைத்துக் கொள்வோம். உங்கள் ஸ்டோரின் ஆண்டு நிகர லாபம் சுமார் 15 லட்சம் என்று வைத்துக் கொள்வோம். நீங்கள் உங்கள் ஸ்டோரின் புத்தக மதிப்பில், அந்த ஸ்டோரரை வெளிநபருக்கு விற்க தயாராக இருப்பீர்களா? சற்று சிந்தியுங்கள்!

ஒவ்வொரு மதிப்பீட்டு முறையும் ஒவ்வொரு விதமான தொழில்களுக்குத்தான் உகந்தது. சேவைப் பொருளாதார நிறுவனங்களுக்கு (சர்வீஸ் இண்டஸ்ட்ரிஸ்) புத்தக மதிப்பீட்டு முறை ஏற்புடையது அல்ல. ‘கேப்பிட்டல் இன்டென்ஸிவ்’ என்று சொல்லக்கூடிய, அதிக மூலதனம் தேவைப்படும் தொழில்களை (ஷிப்பிங், மின்சாரம் தயாரிப்பு, வங்கி மற்றும் ஃபைனான்ஸ் துறை) புத்தக மதிப்பை வைத்து கணக்கிடலாம். அதேபோல் பழைய பொருளாதார தொழில்கள் பலவற்றை புத்தக மதிப்பீட்டை அடிப்படையாகக் கொண்டு மதிப்பிடலாம்.

புத்தக மதிப்பைவிட எப்போது குறைவாக வாங்கலாம்? எப்படிப்பட்ட நிறுவனப் பங்குகளை அந்த சமயத்தில் வாங்கலாம்? என்ற கேள்விகள் உங்கள் மனதில் எழலாம்.

வளர்ச்சி அதிகம் இல்லாத துறைகள்/பங்குகள், கடன் அதிகம் உள்ள நிறுவனங்கள் தங்களது புத்தக மதிப்பைவிட குறைவாக கிடைக்கலாம்.

நம் நாட்டு பொருளாதாரத்தில் பிரச்னைகள் இருக்கும்போதோ அல்லது நல்ல நிறுவனங்களில் பிரச்னைகள் எழும்போதோ அல்லது நல்ல நிறுவனங்களைப் பற்றி வெளியுலகுக்கு அதிகமாக பரிச்சயம் இல்லாதபோதோ, நிறுவனங்கள்/நிறுவனப் பங்குகள் தங்களது புத்தக மதிப்பிலிருந்து குறைவாக கிடைக்க வாய்ப்புள்ளது. அதுபோன்ற சமயங்களில் நல்ல வரலாறு உள்ள, தரமான நிறுவனப் பங்குகளாகப் பார்த்து வாங்குவது நல்லது.

மேலும், பல சமயங்களில் நிறுவனங்கள் தங்களது சொத்துகளை வாங்கிய விலையிலேயே புத்தகத்தில் காண்பித்துக்கொண்டு இருப்பார்கள். அதுபோன்ற பங்குகளில்

விகடன் பிரசுரம்

வீட்டுப் பாடம்!

வோல்டாஸ், எஸ்.கே.எஃப். பியரிங்ஸ், பேங்க் ஆஃப் பரோடா, 3ஐ இன்ஃபோடெக் ஆகிய நிறுவனங்களின் சந்தை மதிப்பு மற்றும் புத்தக மதிப்பு ஆகிய இரண்டையும் கண்டறிந்து, அவற்றின் பியர் குரூப்புடன் ஒப்பிட்டு பார்க்கவும்.

மதிப்பு மறைந்து இருக்கும். அந்தப் பங்குகளை ஆராய்ந்தறிந்து வாங்கினால் நல்ல லாபத்தை ஈட்டலாம்.

கடந்த பத்துப் பதினைந்து ஆண்டுகளில், ரியல் எஸ்டேட் துறை நம் நாட்டில் வெகுவாக உயர்ந்துள்ளது. பல நிறுவனங்கள், இன்னும் தங்களது ரியல் எஸ்டேட்டை அந்தக் காலத்தில் வாங்கிய விலையிலேயே புத்தகத்தில் காண்பித்துக்கொண்டு இருக்கின்றன. சமீபகாலத்தில் வடநாட்டில் உள்ள டெக்ஸ்டைல் துறையைச் சார்ந்த பங்குகள் சில, திடீரென்று உயர்வதற்குக் காரணம் - அவற்றின் வசம் உள்ள காலியிடங்களில் குடியிப்பு மற்றும் வர்த்தகக் கட்டடங்களை கட்டி விற்று வருவது அல்லது வாடகைக்கு கொடுத்து வருவதன் மூலம் வருமானம் ஈட்டுவதுதான்.

புத்தக மதிப்பை வைத்து மதிப்பிடும் முறையை முதலீட்டாளர்கள் கவனத்துடன் பயன்படுத்த வேண்டும். பியர் குரூப் ஏற்படுத்தி,, பி/பிவி (பங்கின் சந்தை விலை/புத்தக மதிப்பு) கண்டுபிடித்து ஒப்பிட்டுப் பார்த்தால் எந்தப் பங்கு, முதலீட்டுக்கு உகந்தது என்று தெரிய வரும். தனியாக ஒரு பங்கின் புத்தக மதிப்பை மட்டும் வைத்தோ அல்லது பி/பிவி-யை மட்டும் வைத்தோ முதலீடு செய்யாதீர்கள்! ஏனென்றால், புத்தக மதிப்பைவிட மிகவும் விலை குறைவாகக் கிடைக்கும் சில நிறுவனங்கள் மிகவும் மோசமான நிலையில் இருக்க வாய்ப்புள்ளது. ஆகவே, பியர் குரூப்பை வைத்து ஒப்பிட்டு அல்லது வேறு பங்குகளுடன்/தொழில்களுடன் வைத்து ஒப்பிட்டு முதலீடு செய்யுங்கள்.

சந்தை மதிப்பு முறை:

சென்ற அத்தியாயத்தில் ஒருவர் ஃப்ளாட் வாங்குவதற்காக சந்தை விலையை ஒப்பிட்டுப் பார்த்தார் என்று படித்தோம் அல்லவா! சந்தையில் மக்கள் வாங்க/விற்க ரெடியாக இருக்கும் விலையை வைத்து கணக்கிடுவதுதான் 'சந்தை மதிப்பீட்டு முறை.' இந்த முறையில் சாதகமும் உள்ளது; பாதகமும் உள்ளது.

பாதகம்:

சந்தை விலை, பலவற்றை வைத்து நிர்ணயிக்கப்படுகிறது. அவற்றில் முக்கியமான ஒன்று, டிமாண்ட் மற்றும் சப்ளை. சந்தை உச்சத்துக்கு செல்வதும் பிறகு பாதாளத்துக்கு வருவதும் சகஜமான ஒன்று. ஆனால், நம்மில் இன்னும் பல அமெச்சூர்

முதலீட்டாளர்கள் உச்சியில் வாங்குவதும் பிறகு திட்டிக்கொண்டு பாதாளத்தில் விற்பதும் சகஜம்.

சந்தை, உச்சியில் இருக்கும்போது பல பங்குகளின்/ நிறுவனங்களின் மதிப்பு, டிமாண்ட் அதிகமாக இருப்பதால், எட்ட முடியாத தூரத்தில் இருக்கும். இதுபோல் அதிக விலையில் வாங்கி பிறகு வருத்தப்படுவது சிறிய முதலீட்டாளர்கள் மட்டும் அல்ல - டாடா போன்ற நிறுவனங்களுக்கும் அனுபவம் உண்டு.

2007-ல் டாடா ஸ்டீல் நிறுவனம் பிரிட்டனைச் சேர்ந்த கோரஸ் நிறுவனத்தை 12.2 பில்லியன் டாலருக்கு சந்தை உச்சத்தில் வாங்கியது. அதேபோல் டாடா மோட்டார்ஸ் நிறுவனம், பிரிட்டனில் உள்ள ஜாகுவார் நிறுவனத்தை 2008-ல் 2.3 பில்லியன் டாலருக்கு வாங்கியது. பிறகு, நமது பங்குச் சந்தை சரிந்தபோது இந்த நிறுவனப் பங்குகளும் வெகுவாகச் சரிந்தன. பிறகு, ரத்தன் டாடா தனது நேர்காணலில் 'அந்த இரண்டு நிறுவனங்களையும் இன்னும் விலை குறைத்து வாங்கியிருக்கலாம்' என்று கூறினார். ஆகவே, சந்தை விலை உண்மையான விலைதானா என்று அறிந்து வாங்க வேண்டும்.

சாதகம்:

பொருளாதாரத்தில் அல்லது குறிப்பிட்ட துறையில்/ நிறுவனத்தில் பிரச்னை ஏற்படும்போது அந்தப் பங்குகளுக்கு/ நிறுவனங்களுக்கு டிமாண்ட் குறைவாக இருக்கும். அதனால் அதுபோன்ற சமயங்களில் தங்களது உண்மையான மதிப்பிலிருந்து மிகவும் விலை குறைவாகக் கிடைக்கும்.

உதாரணத்துக்கு, எஸ்.கே.எஃப். பியரிங்ஸ் என்ற பியரிங்ஸ் தயாரிக்கும் பன்னாட்டு நிறுவனப் பங்கின் விலை ரூபாய் 125/- அளவுக்கு 2008-ல் சரிந்தது. இன்று அதன் விலை ரூபாய் 600+. அதேபோல் 2008-09-ல் வோல்டாஸ் நிறுவனத்தின் பங்கு ரூபாய் 33/- வரை சரிந்து வந்தது (2007-08 உச்சத்தில் ரூபாய் 250-துக்கும் மேல் சென்றது). அதன் தற்போதைய விலை ரூபாய் 165+. ஆகவே, சந்தை மதிப்பு மிகவும் வெளிப்படையான மதிப்பு என்றாலும், சந்தையை நமக்கு சாதகமாகப் பயன்படுத்திக்கொள்ள தெரிந்திருக்க வேண்டும்.

24

இன்னும் சில முறைகள்!

ரீப்ளேஸ்மென்ட் காஸ்ட் முறை:

இந்த முறைக்கும் புத்தக மதிப்பு முறைக்கும் சிறிய தொடர்பு உண்டு என்று கூறலாம். புத்தக மதிப்பு முறை கடந்தகால (புத்தகத்தில் உள்ள மதிப்பு) மதிப்பைக் கொண்டு கணக்கிடுவதாகும். 'ரீப்ளேஸ்மென்ட் காஸ்ட் முறை', தற்போது அந்தத் தொழிலைத் தொடங்கினால் எவ்வளவு செலவாகும் என்பதின் அடிப்படையில் கணக்கிடுவதாகும்.

உதாரணத்துக்கு, நீங்கள் ஜல்லி உடைக்கும் தொழிற்சாலையை நடத்துகிறீர்கள் என்று வைத்துக் கொள்வோம். நீங்கள் தொழில் தொடங்கி சில ஆண்டுகள் ஆகிவிட்டன. சில காரணங்களால் உங்களால் தொழிலை சரிவர நடத்த முடியவில்லை என்பதால், அதை வேறு யாருக்காவது விற்றுவிட முடிவு செய்கிறீர்கள். உங்கள் தொழிற்சாலையில் உள்ள இயந்திரங்கள் எல்லாம் நல்ல நிலையில் உள்ளன - தேய்மானத்தைத் தவிர! உங்கள்

விகடன் பிரசுரம்

தொழிற்சாலையின் புத்தக மதிப்பு ரூபாய் 5 லட்சம். ஆனால், விற்பதற்காக நீங்கள் சொல்லும் விலையோ, ரூபாய் 10 லட்சம்.

உங்கள் ஊரில் கட்டடம் கட்டும் புரமோட்டர் ஒருவர், உங்கள் தொழிற்சாலையை வாங்க விருப்பமாக இருக்கிறார். ஏற்கெனவே நடந்துவரும் ஒரு தொழிற்சாலையை வாங்குவதற்கும், புதிதாக ஒரு தொழிற்சாலையை ஆரம்பிப்பதற்கும் இடையே இருக்கும் வித்தியாசத்தையும் கணக்குப் போட்டு பார்க்கிறார். இன்றைய நிலையில் புதிதாக ஒரு தொழிற்சாலையைத் தொடங்க 15 லட்சம் ரூபாய் செலவாகும் என்பது அவருடைய கணக்கு. அதே சமயம், உங்கள் தொழிற்சாலையின் உபகரணங்கள் பழையதாக இருப்பதால் நீங்கள் பத்து லட்சம்தான் கேட்கிறீர்கள். அவரோ ஐந்து லட்சம் ரூபாய் குறைவில், இயங்கிக் கொண்டிருக்கும் தொழிற்சாலை கிடைக்கிறது என்று நினைத்து உங்களுடன் பேச ஆரம்பிக்கிறார். ஆக, வாங்குபவர் 'ரீப்ளேஸ்மென்ட் காஸ்ட்'டை ஒப்பிட்டுப் பார்த்து உங்களிடம் டீல் பேசுகிறார். தொழில் நன்றாக நடந்து கொண்டிருக்கும் பட்சத்தில், 'ரீப்ளேஸ்மென்ட் காஸ்ட்'டைவிட கொஞ்சம் அதிகமாகவே நீங்கள் கேட்கலாம்.

சரி, ரீப்ளேஸ்மென்ட் காஸ்ட்டை எவ்வாறு கணக்கிடுவது என்பது குறித்துக் காண்போம்.

வீட்டுப் பாடம்!

சிமென்ட் நிறுவனங்களின் மற்றும் மின்உற்பத்தி (தெர்மல் பவர்) நிறுவனங்களின் பெஞ்ச்மார்க் விலையை (சிமென்ட் - ஒரு டன் சிமென்ட் உற்பத்திக்கு புதிய உபகரணத்தின் விலை; மின்சாரம் - ஒரு மெகாவாட் மின்சார உற்பத்திக்கு புதிய உபகரணத்தின் விலை) வலைதளம் மூலம் கண்டறியவும். மேலும், ஏ.சி.சி மற்றும் என்.டி.பி.சி-யின் தற்போதைய மொத்த மார்க்கெட் மதிப்பை அறியவும். பிறகு, அந்த நிறுவனங்களின் மார்க்கெட் மதிப்பை அந்த நிறுவனங்களின் இன்றைய கொள்ளளவால் (கெப்பாசிட்டியால்) வகுத்து ஒப்பிட்டுப் பார்க்கவும். அந்தப் பங்குகள் சரியான விலையில்தான் வர்த்தகமாகிறதா என்று ஆராயவும். மேலும், அந்த நிறுவனங்களின் 52 வார லோ/ஹை மற்றும் லைஃப் டைம் லோ/ஹை போன்றவையும் கண்டறியவும்.

உபகரணங்களுக்கான விலையை இரண்டு அல்லது மூன்று தயாரிப்பாளர்களிடம் 'கொட்டேஷன்' கேட்டுப் பெறலாம். இடத்தின் விலைக்கான மதிப்பை அறிந்துகொள்ளலாம். கட்டடம் மற்றும் மதில்சுவர் கட்டுவதற்கான கொட்டேஷனை ஒரு இன்ஜினியரிடம் பெறலாம். இயந்திரங்களை அமைப்பதற்கான செலவை, நீங்கள் இயந்திரம் வாங்கப்போகும் நிறுவனத்திடமே கொட்டேஷனாகப் பெற்றுக் கொள்ளலாம். வாகனங்களுக்கான விலையை வாகன டீலர் ஒருவரிடம் இருந்து கொட்டேஷனாகப் பெறலாம். மீதி விலைகளை உங்களுக்குத் தெரிந்த அளவில் நீங்கள் கணக்கிட்டுக் கொள்ளலாம். அல்லது ஒரு கன்சல்டன்ட் உதவியை நாடலாம். பெரிய தொழிற்சாலையாக இருக்கும்பட்சத்தில் பெஞ்ச்மார்க் ரேட்டை எடுத்துக்கொண்டு 'ரீப்ளேஸ்மென்ட் காஸ்ட்'டை கணக்கிடலாம்.

பாதகங்கள்:

இந்த முறையில் தொழிலில் இருந்துவரும் கேஷ் ஃப்ளோவை அல்லது தொழிலின் மதிப்பையும் எதிர்கால வாய்ப்புகளையும் எவரும் கணக்கில் எடுத்துக்கொள்வதில்லை. இது, அன்றைய தேதியில் தோராயமான மதிப்புத்தானே தவிர, மிகவும் துல்லியமானது என்று எடுத்துக்கொள்ள முடியாது. இதை ஓர் ஒப்பீட்டு மதிப்பாக எடுத்துக்கொள்ளலாமே தவிர, இதையே மதிப்பாக எடுத்துக்கொள்ள முடியாது. ஏனென்றால், தொழிலில் வேறு பல காரணிகளும் உள்ளன.

சாதகங்கள்:

ஒரு தொழிலை ஒப்பிட்டுப் பார்ப்பதற்கு இந்த முறை அருமையான ஓர் உபகரணம். அதிக விலை கொடுக்கிறோமா, குறைவான விலை கொடுக்கிறோமா அல்லது சரியான விலைதான் கொடுத்து வாங்குகிறோமா என்பது தெரியவரும். அதைப்போலவே பங்குச் சந்தையில் சில துறைகள் சில சமயங்களில் சில காரணங்களுக்காக அடிபட்டு இருக்கும். அப்போது அந்தப் பங்குகள் 'ரீப்ளேஸ்மென்ட் காஸ்ட்'டைவிட மிகவும் குறைவான விலைக்கு கிடைக்கும். கான்ட்ரா முதலீட்டாளர்கள் அதுபோன்ற பங்குகளை குறிவைத்து வாங்கிச் சேர்ப்பார்கள்.

அதிக கடன் உள்ள நிறுவனங்கள், 'ரீப்ளேஸ்மென்ட் காஸ்ட்'டைவிட மிகக் குறைவான விலையில் சில சமயங்களில்

விகடன் பிரசுரம்

கிடைக்கும். அதுபோன்ற தருணங்களில் மீதி அளவுகோல்களை கண்டறிந்து கவனத்துடன் முதலீட்டாளர்கள் முதலீடு செய்ய வேண்டும்.

வொர்ஸ்ட் கேஸ்/பெஸ்ட் கேஸ் முறை:

எந்த ஒரு சொத்தையும் வாங்குபவர், அது இன்னும் விலை ஏறும் அல்லது அதனால் அவருக்கு லாபம் உண்டாகும் என்று நினைத்துத்தான் வாங்குவார். சொத்தை விற்பவர் அதற்கு எதிர்மறையாக சிந்திப்பார். சுருக்கமாகச் சொன்னால், வாங்குபவர் பாசிட்டிவ் ஆகவும், விற்பர் நெகட்டிவ் ஆகவும் சிந்திப்பார்கள். பாசிட்டிவ் ஆக நினைப்பவர் எல்லாமே நல்லதாக நடக்கும் என்று நினைப்பார். அதனால் வாங்கும்போது

சற்று விலை அதிகமாக கொடுத்து வாங்க தயங்கமாட்டார். ஆனால், வாங்கியபிறகு அந்த சொத்தின் விலை குறைய வாய்ப்பு இருக்கிறது. அப்போது சற்று அதிக விலை கொடுத்து வாங்கியவர் மனச்சோர்வுக்கு உள்ளாவார். அவ்வாறு சோர்வடையாமல் இருப்பதற்குத்தான் இந்த வொர்ஸ்ட் கேஸ்/ பெஸ்ட் கேஸ் ஆய்வு.

எந்த ஒரு முதலீடானாலும் (பங்கு முதலீடு உட்பட) ஏற்ற - இறக்கம் இருக்கும். முதலீடு செய்தபிறகு அதன் விலை நமது கட்டுப்பாட்டில் இருக்காது. ஆனால், என்ன விலை கொடுத்து வாங்குகிறோம் என்பது நமது கட்டுப்பாட்டில்தான் உள்ளது. ஆகவே, நமது முதலீட்டில் வெகுவாக பணத்தை இழக்கக்கூடாது என்றால், பங்குகளையோ அல்லது தொழில்களையோ அல்லது சொத்தையோ வாங்கும்போது மிக கவனத்துடன் வாங்க வேண்டும்.

வாங்குவதற்கு முன்னால் செய்யும் ஆய்வில், இந்த சொத்தை (அனைத்தும் இந்த வார்த்தைக்குள் அடக்கம் - பங்கு முதலீடு உட்பட) எந்த விலைக்கு வாங்கலாம் என்று ஆராய வேண்டும். அதுதான் வொர்ஸ்ட் கேஸ் விலை. இதற்கு அந்த சொத்தின் கடந்தகால விலையையும் (மிகவும் மோசமான நேரங்களில்) உபயோகித்துக் கொள்ளலாம். பங்குச் சந்தையில் 52 வார லோ மற்றும் லைஃப் டைம் லோ போன்ற விலைகளை வாங்கும் முன்பு பார்க்க வேண்டும்.

அதேபோல் உலகமெல்லாம் ரோஜாப் பூக்களாக இருந்தால் (எல்லாமே நல்லதாக இருந்தால்) இந்த சொத்தின் விலை என்னவாக இருக்கும் என்பதையும் ஆராய வேண்டும். பங்குச் சந்தையில் 52 வார ஹை மற்றும் லைஃப் டைம் ஹை விலைகளை ஆய்வுக்கு எடுத்துக்கொள்ள வேண்டும். இது 'பெஸ்ட் கேஸ் விலை' எனப்படும். இந்த இரண்டு விலைகளையும் ஆராயும்போது, நாம் சரியான விலைதான் கொடுத்து வாங்குகிறோம் அல்லது எந்த அளவு பிரீமியத்தில்/டிஸ்கவுண்டில் வாங்குகிறோம் என்பது புரியவரும்.

இந்த ஆய்வுக்கு, வளர்ந்த நாட்டுப் பொருளாதாரங்கள், கடந்த பல ஆண்டுகளில் மிகவும் மோசமான மற்றும் சிறப்பான காலங்களில் எவ்வளவு வருமானத்தைத் தந்துள்ளன அல்லது எவ்வளவு குறைவாக/அதிகமாக சொத்துகளின் விலைகள் சென்றுள்ளன என்பதை எடுத்துக் கொள்ளலாம்.

அதேபோல், வட்டி விகித ஏற்ற-இறக்கம்போல் சுழற்சியில் அடிக்கடி நடந்து கொண்டிருக்கும் நிகழ்வுகளையும் ஆய்வில் எடுத்துக்கொள்ள வேண்டும். உதாரணத்துக்கு, வட்டி விகிதம் குறைவாக இருப்பது பங்குச் சந்தைக்கு நல்லது. அதிகமாக இருந்தால் நிறுவனத்தின் லாபம் குறைந்து, பங்கு விலைகளிலும் வீழ்ச்சி ஏற்படச் செய்யும். அதே சமயம் வட்டி விகிதம் ஏறாமலே இருப்பது (ஜப்பானைப் போல்) பொருளாதாரம் அடிபட்டு கிடப்பதைக் குறிக்கும். அதுவும் நல்லதல்ல.

உதாரணத்துக்கு, வட்டி விகிதங்கள் அதிகமாக இருக்கும்போது வங்கிப் பங்குகளை வாங்கினால் விலை மலிவாகக் கிடைக்கும். ஆகவே, அந்தப் பங்குகள் சென்ற வட்டிவிகித சுழற்சியில் என்ன விலையில் கிடைத்துள்ளன என்று நிகழ்கால விலையுடன் ஒப்பிட்டுப் பார்க்க வேண்டும். அப்போது அதன் விலை பிரீமியத்தில் (அதிகமாக) உள்ளதா அல்லது டிஸ்கவுன்டில் (குறைவாக) உள்ளதா என்று தெரியவரும். அதை வைத்து இந்த பங்கை வாங்க இது சரியான தருணமா அல்லது விற்கத் தகுந்த தருணமா என்று தெரிந்து கொள்ளலாம்.

25

இந்த முறையிலும் வேல்யூவேஷன் செய்யலாம்!

டிஸ்கவுன்ட் கேஷ் ஃப்ளோ முறை:

இந்த முறை, நிறுவனங்களையும் அதன் பங்குகளையும் இன்று உலக அளவில் (மிகவும் பரவலாக) மதிப்பிட உதவுகிறது. இந்த டி.சி.எஃப். (DCF - Discounted Cash Flow) முறையை என்.பி.வி. (NPV - Net Present Value) முறை என்றும், எஃப்.சி.எஃப். (FCF - Free Cash Flow) முறை என்றும் கூறுவர்.

இந்த முறையைத்தான் பெரிய முதலீட்டாளர்கள், நிறுவன முதலீட்டாளர்கள், இன்வெஸ்ட்மென்ட் பேங்கர்ஸ், நிறுவனங்கள் உள்பட இன்னும் பலரும் (நமது மும்பை வாலாஸ் உட்பட) பயன்படுத்துகிறார்கள். அவ்வளவு ஏன், நீங்கள் பார்க்கும் புரோக்கரேஜ் ரிப்போர்ட்களிலும் இந்த முறைதான் பயன்படுத்தப் படுகிறது.

இது, நாம் கூறிய மதிப்பீட்டு முறைகளிலேயே மிகவும் முக்கியமானது என்பதால், இதைப் பற்றி சற்று விரிவாகக் காண்போம்.

விகடன் பிரசுரம்

இந்த முறையைப் பற்றி விவரமாகத் தெரிந்துகொள்ளும் முன் ஓர் உண்மையை நாம் புரிந்துகொள்ள வேண்டும். நீங்கள் வேலை பார்க்கும் நிறுவனம் உங்களுக்கு ஒரு ஆப்ஷன் கொடுக்கிறது. நிறுவனம் உங்களுக்கு ஒரு லட்சம் ரூபாய் போனஸாக தருவது என்று முடிவு செய்துவிட்டது. அந்த போனஸை நீங்கள் இன்றே வாங்கிக் கொள்ளலாம் அல்லது ஒரு வருடம் கழித்து வாங்கிக் கொள்ளலாம் அல்லது ஐந்து வருடம் கழித்தும் வாங்கிக் கொள்ளலாம். நீங்கள் புத்திசாலி என்றால், எந்த ஆப்ஷனைத் தேர்வு செய்வீர்கள்? இன்றே வாங்கிக் கொள்ளும் ஆப்ஷனைத்தானே! ஏனென்றால், அந்தப் பணத்தை வாங்கி நீங்கள் உடனே வங்கி டெபாசிட்டில் போட்டால்கூட, இன்னும் ஒரு வருடத்தில் அந்த பணம் 1.10 லட்ச ரூபாயாகிவிடுமே! இதைத்தான் ஆங்கிலத்தில் 'டைம் வேல்யூ ஆஃப் மணி' (Time Value of Money) என்று கூறுவார்கள்.

இன்னும் ஒரு வருடத்தில் அல்லது இரண்டு வருடத்தில் கிடைக்கப்போகும் 1 லட்ச ரூபாயின் இன்றைய மதிப்பு என்ன என்று யாராவது உங்களிடம் கேட்டால் என்ன கூறுவீர்கள்? நாம் அனைவரும் வட்டி கொடுத்து பழகிவிட்டோம். அதனால் நமக்கு இன்றைய லட்ச ரூபாய், ஒரு வருடம் கழித்து லட்சத்துப் பத்தாயிரம் ஆகிவிடும் (10% வட்டியில்) என்பது நன்றாகத் தெரியும். ஆனால், இதையே ரிவர்ஸாக யோசித்துப் பார்த்தால்... அதாவது, எதிர்காலத்தில் கிடைக்கப் போகும் 1 லட்சம் ரூபாய்க்கு இன்றைக்கு நீங்கள் எவ்வளவு கொடுக்கலாம்?

ஷேர் மார்க்கெட் - A to Z

கொஞ்சம் கஷ்டப்பட்டுத்தான் விடை கண்டுபிடிக்க முடியுமே தவிர, இந்த ரிவெர்ஸ் மூளைதான் இந்த மதிப்பீட்டு முறைக்குத் தேவை.

இன்னும் ஒரு வருடத்தில் கிடைக்கப்போகும் 1 லட்ச ரூபாயின் இன்றைய மதிப்பு 90,909/- ரூபாய். அதேபோல் இன்னும் இரண்டு வருடத்தில் கிடைக்கப்போகும் 1 லட்ச ரூபாயின் இன்றைய மதிப்பு 82,645/- ரூபாய். இந்த அத்தியாயத்தில் உள்ள அட்டவணையைக் கவனிக்கவும். அதில் இனிவரும் 1, 2, 3... ஆண்டுகளில் கிடைக்கப்போகும் 1 லட்சம் ரூபாயின் இன்றைய மதிப்பு, வெவ்வேறு டிஸ்கவுன்ட் ரேட்டில் கொடுக்கப்பட்டுள்ளது.

உதாரணத்துக்கு, அட்டவணையின் கடைசி வரியை எடுத்துக் கொள்ளவும். இன்னும் 20 வருடத்தில் கிடைக்கப்போகும் 1 லட்சத்தின் இன்றைய மதிப்பு 14,864/- (10% டிஸ்கவுன்ட் ரேட்டில்) ரூபாய்தான். அதுவே 15% டிஸ்கவுன்ட் எனில் 6,110/- ரூபாய், 20% டிஸ்கவுன்ட் எனில் 2,608/- ரூபாய். ஆக, நீங்கள் எடுத்துக்கொள்ளும் டிஸ்கவுன்ட் ரேட்டைப் பொறுத்து உங்களின் இன்றைய மதிப்பு மாறுகிறது அல்லவா! இதுதான் இந்த டி.சி.எஃப். முறையில் உள்ள தனிச்சிறப்பு!

எதிரில் உள்ள அட்டவணையில் இருந்து ஒன்று தெள்ளத் தெளிவாக உங்களுக்குப் புரிந்திருக்கும். எதிர்காலத்தில் கிடைக்கப்போகும் பணத்துக்கு, இன்று கிடைக்கும் பணத்தைவிட மதிப்பு குறைவு என்று!

வீட்டுப் பாடம்!

மைக்ரோசாஃப்ட் எக்ஸெல் புரோகிராமின் உதவியோடு, இன்றிலிருந்து ஐந்து வருடத்தில் கிடைக்கப்போகும் ரூபாய், ஒரு லட்சத்தின் இன்றைய மதிப்பு என்ன என்பதைக் கண்டறிக (டிஸ்கவுன்ட் ரேட் 12%).

விகடன் பிரசுரம்

எதிர்காலத்தில் கிடைக்கப்போகும் பணத்தை, இன்றைய மதிப்புடன் ஒப்பிடுவதற்கு குறிப்பிட்ட சதவிகிதத்தை வைத்து டிஸ்கவுன்ட் செய்வதால்தான், இந்த முறையை 'டிஸ்கவுன்டட் கேஷ் ஃப்ளோ முறை' என்று கூறுகிறோம். ஒரே வரியில் சொல்ல வேண்டுமானால், எதிர்காலத்தில் ஒரு நிறுவனத்துக்கு

எதிர்காலத்தில் நீங்கள் பெறப்போகும் ஒரு லட்சம் ரூபாயின் இன்றைய மதிப்பு.

வருடம்	டிஸ்கவுன்ட் ரேட்		
	10%	15%	20%
0	100,000	100,000	100,000
1	90,909	86,957	83,333
2	82,645	75,614	69,444
3	75,131	65,752	57,870
4	68,301	57,175	48,225
5	62,092	49,718	40,188
6	56,447	43,233	33,490
7	51,316	37,594	27,908
8	46,651	32,690	23,257
9	42,410	28,426	19,381
10	38,554	24,718	16,151
11	35,049	21,494	13,459
12	31,863	18,691	11,216
13	28,966	16,253	9,346
14	26,333	14,133	7,789
15	23,939	12,289	6,491
16	21,763	10,686	5,409
17	19,784	9,293	4,507
18	17,986	8,081	3,756
19	16,351	7,027	3,130
20	14,864	6,110	2,608

வர இருக்கும் கேஷ் ஃப்ளோ அனைத்தையும் கணக்கிட்டு, அதை இன்றைய தேதிக்கு டிஸ்கவுன்ட் செய்து, அதன்மூலம் மதிப்பைக் காண்பதுதான் 'டி.சி.எஃப். முறை.' இதில்தான் மதிப்பீடு செய்பவர்களின் கைங்கரியம் உள்ளது.

சாதகங்கள்:

ஒரு நிறுவனப் பங்கின் உண்மையான மதிப்பை எவ்வாறு கண்டுபிடிப்பது என்று என்னிடம் பலரும் கேட்டுள்ளனர். பி/இ, பி/பிவி, சந்தை மதிப்பு போன்ற முறைகள் யாவும் ஒப்பீட்டு முறைகள்தானே தவிர, ஒரு பங்கின்/நிறுவனத்தின் உண்மையான மதிப்பைக் காண்பிப்பவை அல்ல. ஆனால், இந்த டி.சி.எஃப். முறையானது உண்மையான மதிப்பைக் கண்டுபிடிப்பதற்கு மிகவும் உதவியாக இருக்கும்.

உண்மையான மதிப்பைத் தெரிந்து கொள்வதன்மூலம், முதலீட்டாளர்கள் எந்த நிறுவனத்தின் மதிப்பு அதிகமாக உள்ளது அல்லது குறைவாக உள்ளது என்று எளிதில் தெரிந்துகொள்ள முடியும். உண்மையான மதிப்பைத் தெரிந்து முதலீடு செய்வதால், பங்குகளின் மதிப்பு குறையும்போது பயப்படாமல் இருக்கலாம். மேலும், முதலீட்டாளர்களுக்குச் சேர வேண்டிய கேஷ் ஃப்ளோவை மட்டுமே இந்த முறையில் எடுத்துக்கொள்வதால், மதிப்பு சரியாக கிடைக்கும். சீரான அல்லது குறைந்த வளர்ச்சியில் இருக்கும் தொழில்களுக்கு இந்த முறை கணகச்சிதமாகப் பொருந்தும்; ஏனென்றால் துல்லியமான மதிப்பைத் தரும்.

பாதகங்கள்:

எதிர்கால விற்பனை, செலவுகள் போன்றவை மதிப்பிடுபவரால் தெரிந்த அளவு கணிக்கப்படுகிறது. இந்த கணிப்பு எப்போதும் துல்லியமாக இருக்கும் என்று கூற முடியாது. அதை வைத்து மதிப்பும் மாறுபடும். மேலும், வொர்ஸ்ட்கேஸ்/பெஸ்ட்கேஸ் காட்சி நிகழும்போது இந்த மதிப்பீடு சற்று விலகி நிற்கும். டிஸ்கவுன்ட் ரேட்டின் எதிர்பார்ப்பு ஒரு நபருக்கும் மற்றுமொரு நபருக்கும் நிறைய வித்தியாசப்படும். ஆகவே, நிறுவனத்தின் மதிப்பும் மாறுபடும். நீண்டகால கேஷ் ஃப்ளோவின் அடிப்படையில் மதிப்பிடுவதால், இந்த முறை குறுகியகால முதலீட்டாளர்களுக்கு உதவியாக இருக்காது.

26

எதிர்கால வருமானத்தை எப்படிக் கணிப்பது?

'டிஸ்கவுன்ட் கேஷ் ஃப்ளோ' முறையில், வரும் ஆண்டுகளில் நிறுவனத்துக்கு வரப்போகும் வருமானத்தை முடிந்தவரை துல்லியமாகக் கணிப்பது; அவ்வாறு கணித்த வருமானத்தை வைத்து அந்த நிறுவனத்துக்கு கையில் கிடைக்கும் கேஷ் எவ்வளவு என்று கணக்கிடுவது; சரியான டிஸ்கவுன்ட் ரேட் உபயோகித்து என்.பி.வி., அதாவது 'நெட் பிரஸன்ட் வேல்யூ' கண்டுபிடிப்பது என மூன்று விஷயங்கள் தேவை.

எதிர்கால வருமானத்தை எவ்வாறு கணிப்பது? பலருக்கும் இது ஒரு கடினமான காரியம். சமீபத்தில் தொடங்கப்பட்ட நிறுவனமாக இருந்தால், அதன் தொழில் எவ்வாறு நடக்கும் என்பதை கணிப்பது கடினம். ஆனால், நிறுவனம் பல ஆண்டுகளாக நடந்துவரும் பட்சத்தில், எதிர்காலத்தைக் கணிப்பது சுலபமே.

எளிமையான ஓர் உதாரணத்திலிருந்து தொடங்கலாம். நீங்கள் ஒரு கூரியர் கம்பெனியை

நடத்துகிறீர்கள். அதற்கு 'தமிழ்நாடு கூரியர் கம்பெனி' என பெயர் வைத்துக்கொள்வோம். இந்தியா முழுக்க உங்களுக்கு கிளை உண்டு. வெளிநாட்டு நிறுவனங்களோடு ஒப்பந்தம் செய்துள்ளீர்கள். உங்கள் நிறுவனத்தின் கடந்த ஐந்து ஆண்டுகளின் இன்கம் ஸ்டேட்மென்ட் (அட்டவணை-1) கொடுக்கப்பட்டுள்ளது.

அதிலிருந்து உங்களால் என்ன புரிந்துகொள்ள முடிகிறது? விற்பனை (டேர்னோவர்) சீராக வளர்ந்து வருகிறது - சராசரியாக இதுவரை ஆண்டுக்கு 16% [(15% + 15% + 17% + 18%) /4] வளர்ந்துள்ளது. ஆபரேட்டிங் செலவுகள் (சராசரியாக) விற்பனையில் 80.4% ஆக உள்ளது. விற்பனையோடு ஒப்பிடும்போது வட்டிச் செலவு சராசரியாக கடந்த ஐந்து ஆண்டுகளில் 2.5% உள்ளது. நிகர லாப மார்ஜின் கடந்த ஐந்தாண்டுகளில் சராசரியாக 9.2%-ஆக உள்ளது. இந்த சராசரி சதவிகிதங்களை வைத்து உங்களால் உங்கள் நிறுவனத்தின் நிதிநிலைமை இனிவரும் ஆண்டுகளில் எவ்வாறு இருக்கும் என்று கணிக்க முடியுமல்லவா?

கன்ஸர்வேட்டிவாகப் பார்க்கும்போது, அடுத்த ஐந்து ஆண்டுகளில், குறைந்தபட்சம் கடைசி ஐந்தாண்டுகளில் கண்ட வளர்ச்சியாவது இருக்க வேண்டும். மற்றுமொரு கோணத்தில் பார்த்தால், இப்போது இருக்கும் வளர்ச்சியைவிட நிறுவனத்தின் வளர்ச்சி இன்னும் அதிகமாக இருக்க சாத்தியக்கூறுகள் அதிகம் என்று தோன்றுகிறது.

பெஸ்ட்கேஸ் ஸீனரியோவுக்கு போகும்முன், கன்ஸர்வேட்டிவ் ஸீனரியோவைப் பார்த்துவிடுவோம். ஏனென்றால், உங்கள் நிறுவனத்தின் தற்போதைய கன்ஸர்வேட்டிவ் மதிப்பு என்ன என்பதை நீங்கள் அறிய ஆவலாக உள்ளீர்கள் அல்லவா, அதனால்தான்!

வீட்டுப் பாடம்!

உங்கள் நிறுவனத்தின் அல்லது நீங்கள் வேலை செய்யும் நிறுவனத்தின் கடந்த ஐந்து வருட இன்கம் ஸ்டேட்மென்டை எடுத்துக் கொள்ளுங்கள். அதை வைத்து நாம் அட்டவணை 1-ல் கண்டதுபோல ஸ்டேட்மென்டை சுருக்கி சதவிகிதங்களை கண்டுபிடியுங்கள். அதன் உதவியுடன், அடுத்துவரும் ஐந்து ஆண்டுகளில் தொழில் எவ்வாறு இருக்கும் என்று கணித்து, மார்ச் 31, 2016 வரையிலான இன்கம் ஸ்டேட்மென்டை உருவாக்குங்கள்.

விகடன் பிரசுரம்

அட்டவணை-1

	31-மார்ச்-07	31-மார்ச்-08	31-மார்ச்-09	31-மார்ச்-10	31-மார்ச்-11	மதிப்பீடு
விற்பனை *	1,000	1,150	1,323	1,547	1,826	
விற்பனை வளர்ச்சி		15%	15%	17%	18%	16.0%
ஆப்பரேட்டிங் செலவுகள் *	800	920	1,058	1,253	1,479	
ஆப்பரேட்டிங் செலவுகளுக்கும் விற்பனைக்கும் உள்ள விகிதம்	80%	80%	80%	81%	81%	80.4%
ஆப்பரேட்டிங் லாபம் *	200	230	265	294	347	
ஆப்பரேட்டிங் பிராஃபிட் மார்ஜின்	20%	20%	20%	19%	19%	19.6%
வட்டி செலவு	25	29	33	39	46	
வட்டிக்கும் விற்பனைக்கும் உள்ள விகிதம்	2.5%	2.5%	2.5%	2.5%	2.5%	2.5%
தேய்மானச் செலவுகள் *	30	35	40	54	64	
தேய்மானச் செலவுக்கும் விற்பனைக்கும் உள்ள விகிதம்	3.0%	3.0%	3.0%	3.5%	3.5%	3.2%
வரிக்கு முந்தைய லாபம் *	145	167	192	201	237	
வருமான வரி 33.99% *	49	57	65	68	81	
நிகர லாபம் *	96	110	127	133	157	
நிகர லாப மார்ஜின்	9.6%	9.6%	9.6%	8.6%	8.6%	9.2%

* லட்சத்தில்

ஷேர் மார்க்கெட் - A to Z

அட்டவணை-2

	31-மார்ச்-12	31-மார்ச்-13	31-மார்ச்-14	31-மார்ச்-15	31-மார்ச்-16
விற்பனை *	2,118	2,457	2,850	3,306	3,835
விற்பனை வளர்ச்சி	16%	16%	16%	16%	16%
ஆப்பரேட்டிங் செலவுகள் *	1,703	1,975	2,291	2,658	3,083
ஆப்பரேட்டிங் செலவுகளுக்கும் விற்பனைக்கும் உள்ள விகிதம்	80.4%	80.4%	80.4%	80.4%	80.4%
ஆப்பரேட்டிங் லாபம் *	415	482	559	648	752
ஆப்பரேட்டிங் பிராஃபிட் மார்ஜின்	19.6%	19.6%	19.6%	19.6%	19.6%
வட்டி செலவு	53	61	71	83	96
வட்டிக்கும் விற்பனைக்கும் உள்ள விகிதம்	2.5%	2.5%	2.5%	2.5%	2.5%
தேய்மானச் செலவுகள் *	68	79	91	106	123
தேய்மானச் செலவுக்கும் விற்பனைக்கும் உள்ள விகிதம்	3.2%	3.2%	3.2%	3.2%	3.2%
வரிக்கு முந்தைய லாபம் *	294	342	396	460	533
வருமான வரி 33.99% *	100	116	135	156	181
நிகர லாபம் *	194	225	261	303	352
நிகர லாப மார்ஜின்	9.2%	9.2%	9.2%	9.2%	9.2%

* லட்சத்தில்

அட்டவணை-1-ல் நாம் கணக்கிட்டுள்ள சதவிகிதம் அனைத்தும் விற்பனையை (டேர்னோவர்) அடிப்படையாகக் கொண்டு கணக்கிடப்பட்டுள்ளது. கடந்த ஐந்து ஆண்டுகளில் ஆண்டுக்கு விற்பனை சராசரியாக 16% வளர்ந்துள்ளது. ஆகவே, இனிவரும் ஆண்டுகளிலும் குறைந்தபட்சம் அந்த அளவாவது வளரும். அதனால், அடுத்த ஐந்து ஆண்டுகளுக்கு ஒவ்வொரு வருடமும் 16% விற்பனையை உயர்த்திக் கணக்கிட்டு உள்ளோம் (காண்க: அட்டவணை-2).

அதேபோல் இதுவரை ஆபரேட்டிங் செலவுகள் சராசரியாக விற்பனையுடன் ஒப்பிடும்போது 80.4% இருந்துள்ளது. ஆகவே, அதே சதவிகித செலவை இனிவரும் ஐந்து ஆண்டுகளுக்கு எடுத்துக்கொள்வோம். அந்தந்த ஆண்டு விற்பனையை 80.4%-ஆல் பெருக்கினால் அந்தந்த ஆண்டுக்குரிய ஆபரேட்டிங் செலவு கிடைத்துவிடும். அதேபோல் வட்டிச் செலவு மற்றும் தேய்மானச் செலவின் கடந்த ஐந்து ஆண்டுகால சராசரி (முறையே 2.5% அண்ட் 3.2%) என்ன என்று நமக்குத் தெரியும். அந்த சராசரியைக் கொண்டு அடுத்த ஐந்து ஆண்டில் வட்டி மற்றும் தேய்மானச் செலவு எவ்வளவு இருக்கும் என்பதை அட்டவணை-2-ல் தெரிவித்துள்ளோம் (குறிப்பிட்ட சதவிகிதத்தை அந்தந்த ஆண்டு விற்பனையுடன் பெருக்குவதன்மூலம்). ஆக, இப்போது அடுத்த ஐந்து ஆண்டுக்கான இன்கம் ஸ்டேட்மென்ட் கணிப்பு (ஃபோர்காஸ்ட்) தயார்.

இனி அடுத்த கட்டமாக 'ஃப்ஃரீ கேஷ் ஃப்ளோ'வைக் (Free Cash Flow) கணக்கிட வேண்டும். சரி, முதலில் 'ஃப்ரீ கேஷ் ஃப்ளோ' என்றால் என்ன என்று பார்த்து விடுவோம்.

நாம் நிறுவனத்துக்கு நிகர லாபம் என்று கூறுவது புத்தக லாபம்தானே தவிர, நிறுவனத்துக்கு கையில் கிடைக்கும் பணம் அல்ல! மேலும், தேய்மானச் செலவு போன்றவை புத்தகச் செலவுதானே தவிர, நிஜமான செலவு அல்ல!

அதேபோல் முதலீட்டுக்காக செலவு செய்யப்படும் கேஷ், நமது இன்கம் ஸ்டேட்மென்டில் வருவதில்லை. இவற்றையெல்லாம் கணக்கில் எடுத்துக்கொண்டு வருவதுதான் 'ஃப்ரீ கேஷ் ஃப்ளோ'. இது, எவ்வாறு கணக்கிடப்படுகிறது என்பதற்கு கீழே கொடுக்கப்பட்டுள்ள சூத்திரம் உதவியாக இருக்கும்.

ஃப்ரீ கேஷ் ஃப்ளோ = ஆபரேட்டிங் பிராஃபிட் - வருமான வரி - முதலீட்டுச் செலவு (கேப்பிட்டல் எக்ஸ்பென்ஸஸ்) - ஓர்க்கிங் கேப்பிட்டல்.

27

கேப்பிட்டல் எக்ஸ்பென்ஸஸ்...

இப்போது, ஆபரேட்டிங் பிராஃபிட் மற்றும் வருமான வரிச் செலவு எவ்வளவு என்று தெரியும். ஆக, நமக்குத் தெரிய வேண்டிய வேறு இரு அயிட்டங்கள், நிகர முதலீட்டுச் செலவு மற்றும் ஓர்க்கிங் கேப்பிட்டலில் உள்ள மாற்றம் ஆகியவை மட்டுமே. முதலில் 'நெட் கேப்பிட்டல் எக்ஸ்பென்ஸ்' எவ்வாறு கண்டுபிடிப்பது என்று பார்ப்போம்...

தமிழ்நாடு கூரியர் கம்பெனியின் கேப்பிட்டல் எக்ஸ்பென்ஸஸ் (முதலீட்டுச் செலவுகள்), அடுத்த ஐந்து ஆண்டில் எவ்வளவு இருக்கும் என்று நாம் கணிக்க வேண்டும். இதற்கு கடந்த ஐந்து ஆண்டுகளில் கேப்பிட்டல் எக்ஸ்பென்ஸஸ் எவ்வளவு இருந்தது என்று தெரிந்துகொள்ள வேண்டும். தமிழ்நாடு கூரியரின் கடந்த ஐந்து ஆண்டுகால முதலீட்டுச் செலவு, அட்டவணை 1-ல் கொடுக்கப்பட்டுள்ளது. இந்த செலவு, நிறுவனங்களின் கேஷ் ஃப்ளோ ஸ்டேட்மெண்டில் கிடைக்கும்.

அட்டவணை 1-ல் முதலீட்டுச் செலவுக்கும் விற்பனைக்கும் உள்ள விகிதத்தைக் கண்டுபிடித்துள்ளோம். இதன்படி சராசரியாக கடந்த ஐந்து ஆண்டுகளில் விற்பனையில் 4%-ஐ முதலீட்டுச் செலவாக நிறுவனம் செலவழித்துள்ளது. ஆகவே, இனிவரும் காலங்களில் குறைந்தது அந்த அளவாவது நிறுவனம் செலவழிக்க வேண்டும். விற்பனையில் 4% முதலீட்டுச் செலவு என்று எடுத்துக் கொண்டால், இனிவரும் ஆண்டுகளில் தமிழ்நாடு கூரியரின் முதலீட்டுச் செலவு அட்டவணை-2-ல் கூறப்பட்டவாறு இருக்கும்.

முதலீட்டுச் செலவுகளை கண்டுபிடித்துவிட்டோம். நிகர முதலீடு கண்டுபிடிப்பது எப்படி? நாம் இன்கம் ஸ்டேட்மென்டில் தேய்மானச் செலவைப் பார்த்தோம் அல்லவா! அது வெறும் புத்தகச் செலவுதானே தவிர, பணச் செலவு அல்ல. ஆகவே, முதலீட்டுச் செலவில் இருந்து தேய்மானச் செலவை கழித்தால் கிடைப்பதே நிகர முதலீடு.

நிகர முதலீடு = முதலீட்டுச் செலவு - தேய்மானச் செலவு

(Net Investments = Capital Expenditure - Depreciation & Amortization)

ஆக, நிகர முதலீடு அடுத்த ஐந்து ஆண்டுகளில் எவ்வளவு இருக்கும் என்பதைக் கண்டுபிடித்துவிட்டோம் (அட்டவணை-3). இதில் காணும் தேய்மானச் செலவு, நாம் சென்ற அத்தியாயத்தில் கணித்த இன்கம் ஸ்டேட்மென்டில் இருந்து எடுக்கப்பட்டுள்ளது.

அடுத்ததாக, ஓர்க்கிங் கேப்பிட்டலில் உள்ள மாற்றத்தை எவ்வாறு கண்டுபிடிப்பது என்று பார்ப்போம்.

ஓர்க்கிங் கேப்பிட்டலில் உள்ள மாற்றத்தைக் கண்டுபிடிப்பதற்கு, ஓர்க்கிங் கேப்பிட்டலை முதலில் கண்டுபிடிக்க வேண்டும். ஓர்க்கிங் கேப்பிட்டல் என்றால் என்ன? எந்த ஒரு தொழிலிலும் அசையும் சொத்துகள் மற்றும் அசையாச் சொத்துகள் என இரு வகை இருக்கும். அசையாச் சொத்துகளை எளிதில் பணமாக்க முடியாது. அதே சமயத்தில் அசையும் சொத்துகளான பேங்க் டெபாசிட், இன்வென்டரி (குடோனில் உள்ள பொருட்கள்), வரவேண்டிய சிறு கடன்கள், வேலை நடந்து கொண்டிருக்கும் பொருட்கள் போன்றவற்றை எளிதில் குறுகிய காலத்தில் பணமாக்கக் முடியும்.

அதேபோல, நடப்பு காலத்தில் கொடுக்க வேண்டிய கடன்களும் கொஞ்சம் இருக்கும். நடப்பு காலத்தில் பெறக்கூடிய சொத்துக்கும், நடப்பு காலத்தில் கொடுக்க வேண்டிய கடன்களுக்கும் உள்ள

அட்டவணை-1

	31-மார்ச்-07	31-மார்ச்-08	31-மார்ச்-09	31-மார்ச்-10	31-மார்ச்-11	சராசரி
விற்பனை *	1,000	1,150	1,323	1,547	1,826	
முதலீட்டு செலவுகள் *	50	42	58	45	76	
முதலீடு - விற்பனைக்கான விகிதம்	5%	4%	4%	3%	4%	4.0%

(* லட்சத்தில்)

அட்டவணை-2

	31-மார்ச்-12	31-மார்ச்-13	31-மார்ச்-14	31-மார்ச்-15	31-மார்ச்-16
விற்பனை *	2,118	2,457	2,850	3,306	3,835
முதலீட்டு செலவுகள் *	85	98	114	132	153
முதலீடு - விற்பனைக்கான விகிதம்	4.0%	4.0%	4.0%	4.0%	4.0%

(* லட்சத்தில்)

வித்தியாசம்தான் 'ஓர்க்கிங் கேப்பிட்டல்.' நடப்பு காலம் என்று நாம் கூறுவதை 90 நாட்கள் என்று எடுத்துக்கொள்ளலாம். இதை நிறுவனங்களின் பேலன்ஸ் ஷீட்டில் இருந்து பெறலாம்.

வொர்க்கிங் கேப்பிட்டல் = நடப்பு கால சொத்துகள் - நடப்பு கால கடன்கள்.

(Working Capital = Current Assets - Current Liabilities)

தொழில் வளரும்போது, ஓர்க்கிங் கேப்பிட்டலின் தேவையும் அதிகமாகும். தமிழ்நாடு கூரியரின் கடந்தகால ஓர்க்கிங் கேப்பிட்டல் கணக்கை அட்டவணை-4-ல் கொடுத்துள்ளோம். குறுகியகால சொத்துகள் மற்றும் கடன்கள் தமிழ்நாடு கூரியரின் பேலன்ஸ் ஷீட்டில் இருந்து எடுக்கப்பட்டுள்ளது.

விகடன் பிரசுரம்

அட்டவணை-3

	31-மார்ச்-12	31-மார்ச்-13	31-மார்ச்-14	31-மார்ச்-15	31-மார்ச்-16
முதலீட்டு செலவுகள் *	85	98	114	132	153
தேய்மானச் செலவுகள் *	68	79	91	106	123
நிகர முதலீடு *	17	20	23	26	31

(* லட்சத்தில்)

வீட்டுப் பாடம்!

சென்ற அத்தியாயத்தில் சொன்னதுபோல உங்களுடைய அல்லது நீங்கள் வேலை செய்யும் நிறுவனத்தின் அடுத்த ஐந்து ஆண்டுகால இன்கம் ஸ்டேட்மென்டை ஃபோர்காஸ்ட் செய்தீர்கள் அல்லவா! அதே நிறுவனத்துக்கு, கடந்தகால கேஷ் ஃப்ளோ ஸ்டேட்மென்ட் மற்றும் பேலன்ஸ் ஷீட் உதவியுடன், அடுத்த ஐந்து ஆண்டுகளில் நிகர முதலீடு மற்றும் ஒர்க்கிங் கேப்பிட்டலில் மாற்றம் எவ்வளவு இருக்கும் என்று கணிக்கவும்.

அட்டவணை-4

	31-மார்ச்-07	31-மார்ச்-08	31-மார்ச்-09	31-மார்ச்-10	31-மார்ச்-11	சராசரி
விற்பனை *	1,000	1,150	1,323	1,547	1,826	
நடப்பு கால சொத்துகள் *	153	201	226	260	301	
நடப்பு கால கடன்கள் *	137	163	163	220	245	
வொர்க்கிங் கேப்பிட்டல் *	16	38	63	40	57	
வொர்க்கிங் கேப்பிட்டலுக்கும் விற்பனைக்குமான விகிதம்	1.6%	3.3%	4.8%	2.6%	3.1%	3.1%

(* லட்சத்தில்)

அட்டவணை-5

	31-மார்ச்-12	31-மார்ச்-13	31-மார்ச்-14	31-மார்ச்-15	31-மார்ச்-16
விற்பனை *	2,118	2,457	2,850	3,306	3,835
வொர்க்கிங் கேப்பிட்டலுக்கும் விற்பனைக்குமான விகிதம்	3.1%	3.1%	3.1%	3.1%	3.1%
வொர்க்கிங் கேப்பிட்டல் *	66	76	88	102	119
மாற்றத்துக்கான வொர்க்கிங் கேப்பிட்டல் *	9	10	12	14	17

(* லட்சத்தில்)

அட்டவணை 4-ல், நாம் ஒர்க்கிங் கேப்பிட்டலை கண்டுபிடித்துள்ளோம். பிறகு ஒர்க்கிங் கேப்பிட்டலுக்கும் விற்பனைக்கும் உள்ள விகிதத்தைக் கண்டுபிடித்துள்ளோம். அதன்படி கடந்த ஐந்து ஆண்டுகளில் சராசரியாக விற்பனையில் 3.1% ஒர்க்கிங் கேப்பிட்டலாக தேவைப்பட்டுள்ளது. அதே அளவு இனிவரும் காலங்களிலும் தேவைப்படும் என்று வைத்துக் கொள்வோம். அவ்வாறு எடுத்துக்கொண்ட சதவிகிதத்தைக் கொண்டு இனி அடுத்து வரும் 5 ஆண்டுகளுக்கான ஒர்க்கிங் கேப்பிட்டல் தேவை அட்டவணை-5-ல் கணிக்கப்பட்டுள்ளது.

நாம் சராசரி என்று கண்டுபிடித்த 3.1%-ஐ அந்தந்த ஆண்டு விற்பனையுடன் பெருக்கினால், அந்தந்த ஆண்டுக்கு உள்ள ஒர்க்கிங் கேப்பிட்டல் தேவை எவ்வளவு என்பது நமக்குத் தெரிந்துவிடும். ஆனால், நமக்குத் தேவை ஒர்க்கிங் கேப்பிட்டலில் உள்ள மாற்றம். அடுத்த ஆண்டின் ஒர்க்கிங் கேப்பிட்டல் தேவையை இந்த ஆண்டின் தேவையிலிருந்து கழித்தால், நமக்கு ஒர்க்கிங் கேப்பிட்டலில் உள்ள மாற்றம் கிடைத்துவிடும்.

அட்டவணை- 5-ல் உள்ள மார்ச் 2013 மற்றும் மார்ச் 2012-ல் ஒர்க்கிங் கேப்பிட்டல் தேவை முறையே 76 லட்ச ரூபாய் மற்றும் 66 லட்ச ரூபாய். ஆகவே, மார்ச் 2013-ல் ஒர்க்கிங் கேப்பிட்டல் மாற்றம் 10 (76 - 66 = 10) லட்ச ரூபாய். ஆக, நமக்கு 'ஃப்ரீ கேஷ் ஃப்ளோ' கண்டுபிடிப்பதற்குத் தேவையான அனைத்து விவரங்களும் தற்போது நம் கையில் உள்ளது.

28

டிஸ்கவுன்ட் ரேட்...!

ஃப்ரீ கேஷ் ஃப்ளோ கண்டுபிடிப்பதற்குத் தேவையான அனைத்து அளவுகோல்களையும் விரிவாகப் பார்த்தோம். அவற்றைக் கொண்டு கணக்கிட்ட ஃப்ரீ கேஷ் ஃப்ளோ, அட்டவணை 1-ல் கொடுக்கப்பட்டுள்ளது.

இந்த அட்டவணையில், ஆப்பரேட்டிங் லாபத்திலிருந்து வருமான வரி, நிகர முதலீடு மற்றும் ஓர்க்கிங் கேபிட்டலில் உள்ள மாற்றம் போன்றவற்றைக் கழித்துள்ளோம். அவ்வாறு கழித்தபிறகு கடைசியாகக் கிடைப்பதுதான் நிறுவனத்துக்கு கிடைக்கும் ஃப்ரீ கேஷ் ஃப்ளோ. நிறுவனத்தின் மதிப்பைக் கண்டுபிடிக்க இன்னும் இரண்டு 'ஸ்டெப்' தூரத்தில் உள்ளோம்.

ஒன்று, நாம் முதலில் கூறியதுபோல டிஸ்கவுன்ட் ரேட்டைக் கண்டுபிடிக்க வேண்டும். மற்றொன்று, நிறுவனத்துக்கு டெர்மினல் வேல்யூ (Terminal Value) கண்டுபிடிக்க வேண்டும். முதலில் டிஸ்கவுன்ட் ரேட்டை கண்டுபிடித்து விடுவோம்.

ஏனென்றால், அதை உபயோகித்துத்தான் டெர்மினல் வேல்யூவைக் கண்டுபிடிக்க வேண்டும். டிஸ்கவுன்ட் ரேட்டை எவ்வாறு கணக்கிடுவது என்பதற்கு முன்பாக, அதைப் பற்றி பார்த்து விடுவோம்.

டிஸ்கவுன்ட் ரேட் என்பது, எந்த ஒரு முதலீட்டிலும் நீங்கள் எதிர்பார்க்கும் வருமான சதவிகிதம். உதாரணமாக, உங்களிடம் 1 கோடி ரூபாய் உள்ளது. உங்களுக்கு இரண்டு ஆப்ஷன் கிடைக்கிறது.

1. இந்திய அரசாங்க கடன் பத்திரத்தில் (பாண்ட்) முதலீடு செய்தால் உங்களுக்கு உறுதியாக எந்தவித ரிஸ்க்கும் இல்லாமல் ஆண்டுக்கு 8% வருமானம் கிடைக்கும். நமது அரசாங்கம் திவாலாகாது என்பதால், அது கொடுக்கும் ரேட்தான் ரிஸ்க் ஃப்ரீ ரேட்.

2. ஒரு நிறுவனம் விலைக்கு வருகிறது. ரிஸ்க் எடுத்து, அந்த நிறுவனத்தை வாங்கினால், எல்லாச் செலவுகளும் போக ஆண்டுக்கு 6% வருமானம் கிடைக்கிறது. புத்திசாலியாகிய நீங்கள் எந்த ஆப்ஷனைத் தேர்ந்தெடுப்பீர்கள்? நிச்சயமாக முதல் ஆப்ஷனைத்தான்.

இப்போது இன்னுமொரு கம்பெனி (உதாரணமாக, ஏபிசி லிமிடெட்) விலைக்கு வருகிறது - அதே ஒரு கோடி ரூபாய்க்கு! ரிஸ்க் எடுத்து அதை வாங்கினால், எல்லாச் செலவுகளும் போக உங்களுக்கு ஆண்டுக்கு 16% வருமானம் கிடைக்கும். ரிஸ்க்கிற்கு ஏற்ற ரிவார்ட் நன்றாக உள்ளது என்று நினைக்கிறீர்கள். எனவே, அரசு கடன் பத்திரத்தில் முதலீடு செய்யாமல், ஏபிசி லிமிடெட்டை விலைக்கு வாங்க முடிவு செய்கிறீர்கள். ஆகவே, ரிஸ்க்குடன் கூடிய லாபமாகிய 16%-தான் உங்களின் டிஸ்கவுன்ட் ரேட். உங்களின் நண்பருக்கு 14% வருமானம் போதும் என்று நினைத்தால் அது அவருடைய டிஸ்கவுன்ட் ரேட்.

வீட்டுப் பாடம்:

ஃப்ரீ கேஷ் ஃப்ளோவுக்குத் தேவையான அளவுகோல்களைக் கண்டுபிடித்து வைத்துள்ளீர்கள் அல்லவா! அவற்றைக் கொண்டு, உங்கள் நிறுவனத்துக்கு அல்லது நீங்கள் வேலை செய்யும் நிறுவனத்தின் ஃப்ரீ கேஷ் ஃப்ளோவை நாம் அட்டவணை 1-ல் கணக்கிட்டுள்ளதுபோல், கணக்கிடவும்.

இந்த டிஸ்கவுன்ட் ரேட்டை எவ்வாறு கணக்கிடுவது? என்பதை தெரிந்து கொள்ளும்முன், நாம் உருவாக்கும் சில அனுமானங்களைப் பொறுத்தே டிஸ்கவுன்ட் ரேட் அமையும் என்பதை தெரிந்துகொள்ள வேண்டும். சுருக்கமாகச் சொன்னால், இந்த டிஸ்கவுன்ட் ரேட் நாட்டைப் பொறுத்து, நிறுவனத்தைப் பொறுத்து, செய்யப்போகும் தொழிலின் ரிஸ்க்கைப் பொறுத்து அமையும்.

டிஸ்கவுன்ட் ரேட்டை, 'வேக்' (WACC - Weighted Average Cost of Capital) முறையைக் கொண்டு கணக்கிடலாம். பொதுவாக, பணம் ஒரு நிறுவனத்துக்கு ஈக்விட்டி முதலீடாகவும், கடனாகவும் கிடைக்கும். இந்த

அட்டவணை-1

தமிழ்நாடு கூரியர் கம்பெனி லிட்.

	31-மார்ச்-12	31-மார்ச்-13	31-மார்ச்-14	31-மார்ச்-15	31-மார்ச்-16
ஆப்பரேட்டிங் லாபம்	415	482	559	648	752
வருமான வரி (-)	(100)	(116)	(135)	(156)	(181)
நிகர முதலீடு (-)	(17)	(20)	(23)	(26)	(31)
ஓர்க்கிங் கேப்பிட்டலில் மாற்றம் (-)	(9)	(10)	(12)	(14)	(17)
ஃப்ரீ கேஷ் ஃப்ளோ	289	336	389	452	523

(லட்சத்தில்)

அட்டவணை-2

	கடன் வாங்கியுள்ள நிறுவனம்	கடன் வாங்காத நிறுவனம்
வட்டி கொடுப்பதற்கு முந்தைய லாபம்	5,00,000	5,00,000
வட்டிச் செலவு	1,00,000	0
வட்டி கொடுத்ததற்கு பின் லாபம்	4,00,000	5,00,000
வருமான வரி @ 33.99%	1,35,960	1,69,950
நிகர லாபம்	2,64,040	3,30,050

இரண்டு வகையான நிதி திரட்டுதலின் சதவிகிதத்தை (வெயிட்டை) எடுத்துக்கொண்டு அவற்றின் விலையால் (equity cost and interest cost) பெருக்கி, பிறகு கூட்டினால் கிடைப்பதுதான் டிஸ்கவுன்ட் ரேட். முதலில் கடனுக்குக் கொடுக்கும் வட்டியிலிருந்து, வரியை ஏன் கழித்துக்கொள்ள வேண்டும் என்பதைப் பற்றி விரிவாகக் காண்போம்.

வாங்கும் கடனுக்கு நிறுவனங்கள் வட்டி கொடுக்கும். அந்த வட்டியை நிறுவனங்கள் இன்கம் ஸ்டேட்மென்டில் செலவாக எழுதுகின்றன. அதனால், அந்த அளவுக்கு வருமான வரியை நிறுவனங்கள் குறைத்துச் செலுத்துகின்றன. இதனால், நிறுவனங்களுக்கு எஃபெக்டிவ் வட்டிச் செலவு (effective interest cost), வரி செலுத்தும் அளவுக்குக் குறையும்.

உதாரணத்துக்கு, ஒரு நிறுவனம் 1,00,000/- ரூபாயை 2010-11-ம் ஆண்டில் வட்டியாகக் கொடுப்பதாக வைத்துக் கொள்வோம். அதே நிறுவனம் கடன் வாங்காமல் இருந்தால், வருமான வரியை அதிகமாகச் செலுத்தியிருக்கும். அட்டவணை 2-ல் கடன் வாங்கியுள்ள நிறுவனம் 33,990/- ரூபாய் குறைவாக வருமான வரி கொடுத்துள்ளதைக் காணலாம். அது கடன் வாங்கியதால் கிடைத்த லாபம். ஆகவேதான், நாம் டிஸ்கவுன்ட் ரேட்டை கணக்கு செய்யும்போது வட்டி சதவிகிதத்தில் இருந்து வரி சதவிகிதத்தைக் கழித்துக்கொள்கிறோம்.

டிஸ்கவுன்ட் ரேட்டைக் கண்டுபிடிக்கும் முன், அதில் பயன்படுத்தப்படும் சில முக்கிய வார்த்தைகளைப் பார்ப்போம்.

ரிஸ்க் ஃப்ரீ ரேட் (Risk Free Rate): எந்தவிதமான ரிஸ்க்கும் எடுக்காமல் கிடைக்கக்கூடிய ரிட்டர்ன் இது. RF என அழைக்கப்படுகிறது. இந்திய அரசாங்கத்தின் 10 வருட கடன் பத்திரத்தின் (10 Year Govt. of India Securities) தற்போதைய வருமானத்தை (யீல்ட்) ரிஸ்க் ஃப்ரீ ரேட்டாக எடுத்துக் கொள்ளலாம். இது, தற்போது 8.30% உள்ளது.

பீட்டா (Beta): பீட்டா என்பது, ஏற்ற-இறக்கத்தைக் காட்டும் அளவுகோல். ஒரு பங்கின் பீட்டா, ஒன்றுக்குமேல் இருந்தால் மார்க்கெட் ரிஸ்க்கைவிட அதிக ரிஸ்க் உடைய பங்கு என்று அர்த்தம். பீட்டா ஒன்றுக்குக் கீழே இருந்தால் மார்க்கெட் ரிஸ்க்கைவிட குறைவு என்று அர்த்தம். நெகட்டிவ்வாக இருந்தால் ரிவர்ஸ் கோரிலேஷன் (Reverse Corelation) என்று அர்த்தம். அதாவது, மார்க்கெட் குறைந்தால், இதன் விலை ஏறும்; மார்க்கெட் ஏறினால் இதன் விலை குறையும். தங்கம் போன்ற முதலீடுகள் இவ்வாறு ரிவர்ஸாக செயல்படும்.

பங்கு முதலீட்டின் விலை (Cost of Equity): பங்கு முதலீட்டாளர்கள் நிறுவனத்திடம் இருந்து எதிர்பார்க்கும் ரிட்டர்ன்தான் காஸ்ட் ஆஃப் ஈக்விட்டி. பொதுவாக, இது டிவிடென்ட் மற்றும் கேபிட்டல் அப்ரிசியேஷன் மூலமாக இருக்கும்.

ஈக்விட்டி ரிஸ்க் பிரீமியம் (Equity Risk Premium): பங்கு (ஈக்விட்டி) முதலீடு ரிஸ்க் நிறைந்தது என்பதால், ரிஸ்க் ஃப்ரீ ரேட்டைவிட அதிகமாக முதலீட்டாளர்கள் கேட்கும் ரேட்தான் 'ஈக்விட்டி ரிஸ்க் பிரீமியம்'. உதாரணமாக, தற்போதைய ரிஸ்க் ஃப்ரீ ரேட் 8.30%. ஈக்விட்டி முதலீட்டாளர்கள் 15.30% எதிர்பார்த்தால், ரிஸ்க் பிரீமியம் 7% ஆகும்.

சி.ஏ.பி.எம் (CAPM - Capital Asset Pricing Model): இது, காஸ்ட் ஆஃப் ஈக்விட்டியைக் கணக்கிட உதவும் ஃபார்முலா. இந்த ஃபார்முலாவைக் கண்டுபிடித்ததற்காக வில்லியம் எஃப் ஷார்ப்பே என்பவருக்கு, 1990-ல் நோபல் பரிசு கிடைத்தது.

29

காஸ்ட் ஆஃப் ஈக்விட்டி!

டிஸ்கவுன்ட் ரேட்டில் பயன்படுத்தப்படும் சில முக்கிய வார்த்தைகளுக்கான அர்த்தத்தைப் பார்த்த நாம், இனி 'காஸ்ட் ஆஃப் ஈக்விட்டி'யைக் கண்டுபிடித்து டிஸ்கவுன்ட் ரேட்டை கண்டுபிடிப்போமா!

காஸ்ட் ஆஃப் ஈக்விட்டி கண்டுபிடிக்க உபயோகிக்கப்படும் ஃபார்முலா இதுதான்:

(RE) = RF + β (RM - RF)

இந்த ஃபார்முலாவில்:

RE என்பது காஸ்ட் ஆஃப் ஈக்விட்டி

RF என்பது ரிஸ்க் ஃப்ரீ ரேட்

β (பீட்டா) என்பது ஏற்ற-இறக்கத்தை அளக்கும் குறியீடு

RM என்பது மார்க்கெட் ரேட்

(RM - RF) - ரிஸ்க் பிரீமியம். இதை RP என வைத்துக் கொள்வோம்.

ஆக, ஃபார்முலாவை நாம் இவ்வாறு சுருக்கலாம்:

(RE) = RF + β x (RP)

இந்த ஃபார்முலாவில் RF என்பது 8.30% என்று எடுத்துக் கொள்வோம். ஏனென்றால், நாம் ஏற்கெனவே கண்டதுபோல நமது இந்திய அரசாங்கத்தின் 10 வருட கடன் பத்திரங்கள் அந்த அளவு யீல்டை தற்போது தந்துகொண்டு இருக்கின்றன. ஆகவே, அதுதான் ரிஸ்க் ஃப்ரீ ரேட்.

பீட்டாவை எவ்வாறு கணக்கு செய்வது? அதை கணக்கு செய்வது எப்படி என்பது தனி பாடம் என்பதால், நமது உபயோகத்துக்கு எங்கிருந்து ரெடியாகக் கிடைக்கும் என்று பார்ப்போம்.

மும்பை பங்குச் சந்தை மற்றும் தேசிய பங்குச் சந்தை இணையதளங்கள் தங்களின் முக்கிய குறியீடுகளில் உள்ள நிறுவனங்களுக்கு, பீட்டாவைக் கணக்கிட்டு வெளியிடுகின்றன. நீங்கள் மதிப்பிட விரும்பும் நிறுவனத்தின் பீட்டா நேரடியாகக் கிடைக்காவிட்டால், அதே துறையைச் சார்ந்த, அதே அளவிலான நிறுவனத்தின் பீட்டாவை பங்குச் சந்தை இணையதளங்களில் இருந்து எடுத்துக் கொள்ளலாம்.

இங்கு நமது தமிழ்நாடு கூரியர் நிறுவனம், போக்குவரத்து மற்றும் லாஜிஸ்டிக்ஸ் துறையைச் சார்ந்தது. அந்தத் துறையில் லிஸ்ட் செய்யப்பட்ட நிறுவனங்கள், புளூடார்ட் எக்ஸ்பிரஸ் லிமிடெட் (Blue Dart Express Ltd.), கேட்டி (Gati), ஆல்கார்கோ (Allcargo) போன்ற சில நிறுவனங்கள் ஆகும். நமது தமிழ்நாடு கூரியர் நிறுவனம் செய்யும் தொழிலுடன் நெருங்கி வருவது புளூடார்ட்தான். 'கிரிஸில்' என்ற ரேட்டிங் நிறுவனம் சமீபத்தில் வெளியிட்ட ரிப்போர்ட்டில் புளூடார்ட்டின் பீட்டா 0.7 என கணக்கிட்டுள்ளது.

இந்தத் துறையில் இந்தியாவில் இது ஒரு ஜாம்பவான் நிறுவனம். மேலும், இது ஒரு மல்ட்டி நேஷனல் கம்பெனியும்கூட. நமது தமிழ்நாடு கூரியர் நிறுவனம், ஒரு சிறிய நிறுவனம். இதன் ஏற்ற -இறக்கம் அதிகமாக இருக்கும் என்பதால், இதனுடைய பீட்டாவை 1.3 என்று எடுத்துக்கொள்வோம். இது, நிறுவன சைஸ், துறை, நாடு, புரமோட்டர் போன்ற பலவற்றைக் கொண்டு வேறுபடும்.

அடுத்ததாக நமக்குத் தேவையானது ரிஸ்க் பிரீமியம். ரிஸ்க் ஃப்ரீ ரேட்டைப் போல இரண்டு மடங்கு கிடைத்தால்,

தொழில்களில் முதலீடு செய்வது நன்மையே. நமது ரிஸ்க் ஃப்ரீ ரேட் 8.30%. ஆக, நமது ரிஸ்க் பிரீமியமும் 8.30% என எடுத்துக்கொள்வோம். இது, நாட்டைப் பொறுத்து, துறையைப் பொறுத்து, நிறுவன சைஸைப் பொறுத்து வேறுபடும்.

இப்போது நமது தமிழ்நாடு சூரியர் கம்பெனிக்கு காஸ்ட் ஆஃப் ஈக்விட்டி ரெடி:

(RE) = 8.30 + (1.3 x 8.30) = 19.09%

அடுத்து, நாம் டிஸ்கவுன்ட் ரேட்டை 'வேக்' (WACC - Weighted Average Cost of Capital) முறையைக் கொண்டு கண்டுபிடிப்போம். 'வேக்' முறையில் டிஸ்கவுன்ட் ரேட்டை கணக்கிடுவதற்கு நிறுவனத்தின் பங்கு மற்றும் கடன் சதவிகிதம் நமக்குத் தெரிய வேண்டும். நாம் ஏற்கெனவே பார்த்ததுபோல் ஒரு நிறுவனம் தொழில் செய்வதற்கு பணம் இரண்டு வகையில் கிடைக்கிறது. ஒன்று, பங்கு மூலதனம் (E - Equity) வாயிலாக; மற்றொன்று கடன் (D - Debt) வாங்குவதன் மூலமாக. நமது தமிழ்நாடு சூரியர் கம்பெனி வாங்கியிருக்கும் நீண்டகால கடன் ரூபாய் 3.53 கோடி என்றும், அதன் பங்கு மூலதனம் ரூபாய் 5.30 கோடி என்றும் வைத்துக் கொள்வோம். இது ஒவ்வொரு நிறுவனத்தின் பேலன்ஸ் ஷீட்டிலும் கிடைக்கும்.

பங்கு மூலதனத்தையும் கடனையும் கூட்டினால் (5.30+3.53) நமக்கு கிடைப்பது ரூபாய் 8.83 கோடி. இதன்மூலம் நமது நிறுவனத்தின் பங்கு மூலதன சதவிகிதம் மற்றும் கடன் சதவிகிதம் எவ்வளவு என்று கண்டுபிடித்துவிடலாம்.

பங்கு சதவிகிதம் = E/(D + E)x100 = (5.30)/(5.30+3.53) x 100 = 60%

கடன் சதவிகிதம் = D/(D + E) x100 = (3.53)/(5.30+3.53) x 100 = 40%

தமிழ்நாடு சூரியர் நிறுவனம், தான் வாங்கியுள்ள கடன்களுக்கு ஆண்டுக்கு 15% வீதம் வட்டி கொடுத்து வருகிறது என்று வைத்துக் கொள்வோம். (இன்றைய நிலையில் வங்கிகளும், பெரிய நிறுவனங்களும் ஆண்டுக்கு 10% முதல் 12% வட்டி

வீட்டுப் பாடம்!

உங்கள் நிறுவனம் அல்லது நீங்கள் வேலை செய்யும் நிறுவனத்துக்கு காஸ்ட் ஆஃப் ஈக்விட்டி கண்டுபிடித்து, வேக்கை (டிஸ்கவுன்ட் ரேட்டை) கண்டுபிடியுங்கள். தேவையான விவரங்கள் பேலன்ஸ் ஷீட்டிலிருந்து கிடைக்கும்.

கொடுத்து வருவதால், நமது கூரியர் நிறுவனத்துக்கு ஆண்டுக்கு 15%-க்கு குறைவாக கிடைக்கவில்லை. வட்டி குறையும் காலங்களில் இந்த வட்டியும் குறைய வாய்ப்பு இருக்கிறது.)

வேக் = (காஸ்ட் ஆஃப் ஈக்விட்டி x பங்கு சதவிகிதம்) + {(கடனுக்கு கொடுக்கும் வட்டி விகிதம் x கடன் சதவிகிதம்) x (1 - டேக்ஸ் ரேட்)}

WACC = (Cost of Equity x Percent of Equity) + {(Interest Rate x Percent of Debt) x (1 - Corporate Tax Rate)}

இதுவரை நாம் கண்டுபிடித்த அனைத்தையும் உபயோகித்து கணக்கு செய்தால், இங்கு குறிப்பிட்டுள்ளபடி வேக்கை (டிஸ்கவுன்ட் ரேட்டை) கண்டுபிடித்துவிடலாம்.

வேக் = (19.09 x 60%) + {(15% x 40%) x (1 - 33.99%)} = 15.41%

ஆக, நமது தமிழ்நாடு கூரியர் நிறுவனத்தின் டிஸ்கவுன்ட் ரேட் 15.41% என கண்டுபிடித்துள்ளோம். இது நிறுவனத்தின் சைஸை, பீட்டாவை, கடன்/பங்கு சதவிகிதத்தை, நிறுவனத்தின் குவாலிட்டியை, வட்டி விகிதத்தைப் பொறுத்து அதிகமாக/குறைவாக இருக்கக்கூடும்.

இதற்கு அடுத்த ஸ்டெப், இந்த டிஸ்கவுன்ட் ரேட்டை உபயோகித்து நமது தமிழ்நாடு கூரியர் நிறுவனத்துக்கு டெர்மினல் வேல்யூ கண்டுபிடிப்பது. அதற்கு முன்பு டெர்மினல் வேல்யூ பற்றி சற்று விரிவாகப் பார்க்கலாம்.

நாம் ஃப்ரீ கேஷ் ஃப்ளோவை அடுத்த ஐந்து வருடங்களுக்கு ஃபோர்காஸ்ட் செய்துள்ளோம். ஐந்து வருடங்களுக்குப் பிறகும் தமிழ்நாடு கூரியர் கம்பெனி நடந்துகொண்டுதான் இருக்கும். ஆக, அதன்பின் வருகிற காலங்களில் உள்ள அந்த நிறுவனத்தின் மதிப்பை எவ்வாறு கணக்கில் கொண்டு வருவது? அதற்குத்தான் இந்த டெர்மினல் வேல்யூ. நிறுவனங்களுக்கு அழிவு இல்லை. ஆகவே, தமிழ்நாடு கூரியர் கம்பெனி எதிர்காலத்தில் எப்போதும் ஆபரேஷனில் இருக்கும், மேலும், எப்போதும் வருமானத்தைத் தந்துகொண்டு இருக்கும் என எடுத்துக்கொள்வோம்.

30

டெர்மினல் வேல்யூ..!

நாம் கண்டுபிடித்த 'ஃப்ரீ கேஷ் ஃப்ளோ' அடுத்த ஐந்து வருடங்களுக்குத்தான். அதற்குப் பிறகு வரப்போகும் 'கேஷ் ஃப்ளோ'வை கணக்கிடுவதற்காகத்தான் 'டெர்மினல் வேல்யூ'வை கண்டுபிடிக்கிறோம்.

இந்த வேல்யூவைக் கணக்கிடுவதற்கு பலவிதமான முறைகள் இருந்தாலும், மிகவும் பரவலாக உபயோகிக்கப்படுவது 'கோர்டன் குரோத் மாடல்' (Gordon Growth Model)தான். அந்த முறையை உபயோகித்து 'டெர்மினல் வேல்யூ' கண்டுபிடிப்பதற்கான ஃபார்முலா இங்கு கொடுக்கப்பட்டுள்ளது. 'டெர்மினல் வேல்யூ'வை கணக்கிடுவதற்கு நமது ஐந்தாவது வருட 'ஃப்ரீ கேஷ் ஃப்ளோ' புரஜெக்‌ஷனைக் கணக்கில் எடுத்துக்கொள்ள வேண்டும்.

டெர்மினல் வேல்யூ = *[கணிக்கப்பட்ட கடைசி வருட ஃப்ரீ கேஷ் ஃப்ளோ x (1 + நீண்டகால கேஷ் ஃப்ளோ குரோத் ரேட்)]* / *[டிஸ்கவுன்ட் ரேட் - நீண்டகால கேஷ் ஃப்ளோ குரோத் ரேட்]*.

இந்த ஃபார்முலாவில் தமிழ்நாடு கூரியரின் (கடைசி வருட) மார்ச் 31, 2016-ம் ஆண்டின் கணிக்கப்பட்ட 'ஃப்ரீ கேஷ் ஃப்ளோ' ரூபாய் 5.23 கோடி (ரூபாய் 523 லட்சம்). முந்தைய அத்தியாயத்தில் டிஸ்கவுன்ட் ரேட் 15.41% என்று கண்டுபிடித்தோம். அடுத்த ஐந்து வருடங்களில் ஃப்ரீ கேஷ் ஃப்ளோவின் 'குரோத் ரேட்' கிட்டத்தட்ட 16% என்று நாம் ஃபோர்காஸ்ட் செய்துள்ளோம். ஆனால், அதே 'குரோத் ரேட்' எந்தக் காலத்திலும் இருக்குமா என்றால், சந்தேகமே! ஆகவே, 'நீண்டகால கேஷ் ஃப்ளோ குரோத் ரேட்'டை நாம் 8% என வைத்துக் கொள்வோம்.

இந்த விவரங்களைக் கொண்டு கண்டுபிடிக்கப்பட்ட 'டெர்மினல் வேல்யூ' இதோ:

டெர்மினல் வேல்யூ

= [5.23 x (1 + 8%)] / [15.41% - 8%]

= [5.23 x 1.08] / [0.0741]

= 76.23 கோடி ரூபாய்

மார்ச் 31, 2016-க்கு அப்பாற்பட்ட ஃப்ரீ கேஷ் ஃப்ளோவின் மதிப்பு ரூபாய் 76.23 கோடி என்று கண்டுபிடித்துவிட்டோம். இப்போது, நாம் சில அத்தியாயங்களுக்கு முன்பு கண்டுபிடித்த மார்ச் 2016-வரைக்குமான ஃப்ரீ கேஷ் ஃப்ளோவுக்கும், மேலே கண்டுபிடித்த டெர்மினல் வேல்யூவுக்கும் நிகழ்கால மதிப்பை (என்.பி.வி. அல்லது நெட் பிரஸன்ட் வேல்யூ), 15.41% என்று நாம் கண்டுபிடித்த டிஸ்கவுன்ட் ரேட்டை கொண்டு கண்டுபிடிக்க வேண்டும்.

சில அத்தியாயங்களுக்கு முன்பு டிஸ்கவுன்ட் ரேட்டை உபயோகித்து என்.பி.வி. கண்டுபிடிப்பது குறித்து விவரமாக கண்டோம். மைக்ரோசாஃப்ட் எக்ஸெல் புரோகிராமின் உதவியுடன் இந்த என்.பி.வி-யைக் கண்டுபிடிப்பது மிகவும் எளிது. அவ்வாறு கண்டுபிடிக்கப்பட்ட என்.பி.வி. அட்டவணை 1-ல் கொடுக்கப்பட்டுள்ளது.

வீட்டுப் பாடம்!

இங்கு நாம் கண்டுபிடித்ததுபோல் உங்கள் நிறுவனத்தின் அல்லது நீங்கள் வேலை செய்யும் நிறுவனத்தின் 'டெர்மினல் வேல்யூ'வைக் கண்டுபிடித்து, என்.பி.வி. கண்டுபிடித்து, நிறுவனத்தின் பங்குதாரர்களின் மதிப்பைக் கண்டுபிடியுங்கள். மேலும், ஒவ்வொரு பங்கின் மதிப்பையும் கண்டுபிடியுங்கள்.

ஷேர் மார்க்கெட் - A to Z

அட்டவணை 1

தமிழ்நாடு கூரியர் கம்பெனி லிட்.	ஃப்ரீ கேஷ் ஃப்ளோ					
என்.பி.வி (நெட் பிரஸன்ட் வேல்யூ) அட் 15.41% டிஸ்கவுன்ட் ரேட்	31-மார்ச்-12	31-மார்ச்-13	31-மார்ச்-14	31-மார்ச்-15	31-மார்ச்-16	டெர்மினல் வேல்யூ
44.91	2.89	3.36	3.89	4.51	5.23	76.23

(கோடியில்)

மார்ச் 2012 முதல் மார்ச் 2016 வரை உள்ள ஐந்து வருட கேஷ் ஃப்ளோ மற்றும் டெர்மினல் வேல்யூ ஆகியவற்றின் என்.பி.வி. 44.91 கோடி ரூபாய். இதற்காக நாம் உபயோகித்த டிஸ்கவுன்ட் ரேட் 15.41%. இதுதான் நிறுவனத்தின் மொத்த மதிப்பு. இதிலிருந்து நிறுவனம் வாங்கி இருக்கும் மொத்தக் கடனை நாம் கழித்தால் கிடைப்பதுதான் ஷேர் ஹோல்டர் ஈக்விட்டியின் மதிப்பு. நமது தமிழ்நாடு கூரியர் நிறுவனம் 3.53 கோடி ரூபாய் கடன் வாங்கியுள்ளது என சென்ற அத்தியாயத்தில் பார்த்தோம். ஆக, ஷேர் ஹோல்டர் ஈக்விட்டியின் மதிப்பு = 44.91 - 3.53 = 41.38 கோடி.

நாம் சென்ற அத்தியாயத்தில் தமிழ்நாடு கூரியர் கம்பெனியின் பங்கு மூலதனம் 5.30 கோடி ரூபாய் என்று பார்த்தோம். அதாவது, 10 ரூபாய் முகமதிப்பைக் கொண்ட 53 லட்சம் (0.53 கோடி) பங்குகளை வெளியிட்டுள்ளது. நாம் நிறுவனத்தின் ஈக்விட்டி மதிப்பு 41.38 கோடி ரூபாய் என்று கண்டுபிடித்துள்ளோம். ஆக, ஒரு பங்கின் மதிப்பு = 41.38/0.53 = 78.08 ரூபாய்.

நிறுவனத்தின் மொத்த ஈக்விட்டி மதிப்பை, வெளியிட்டுள்ள பங்குகளால் வகுத்தால் கிடைப்பதுதான் ஒரு ஷேரின் மதிப்பு. நமது தமிழ்நாடு கூரியர் கம்பெனியின் ஒரு பங்கின் நியாயமான மதிப்பு ரூபாய் 78.08 ஆகும். இதையே 'இன்ட்ரின்ஸிக் வேல்யூ' (intrinsic value) என்றும் கூறலாம். நீண்டகால முதலீட்டாளர்கள் இந்த விலையில் இருந்து எவ்வளவு குறைத்து வாங்குகிறார்களோ அவ்வளவு நன்று.

31

வியூகம்!

வாழ்க்கையில், பிரமாண்டமான வெற்றிகளை நம்மில் பலரும் சந்தித்திருப்போம். அது பள்ளியில் ஆகட்டும், கல்லூரியில் ஆகட்டும், வேலையில், தொழிலில், வாழ்க்கையில் என அடுக்கிக் கொண்டே செல்லலாம். அவற்றுக்கெல்லாம் முக்கியக் காரணம் என்னவென்று சற்று ஆராய்ந்து பாருங்கள்.

பெரும்பாலும், நீங்கள் கடைப்பிடித்த வியூகமாகத்தான் இருக்கும். இதை சிலர் 'செயல்திட்டம்' என்கிறார்கள். இன்னும் சிலர், 'உத்தி' என்றும், 'தந்திரம்' என்றும் சொல்கிறார்கள். நாம் 'வியூகம்' என்போம்.

வியூகம் என்பது எப்போது தேவை? போர்க்களத்தில்தான். போரில் எப்படி ஜெயிப்பது என்று வரும்போது நமக்கு ஒரு செயல்திட்டம் வேண்டும்.

இந்தச் செயல்திட்டத்தை நிறைவேற்ற வழி அமைத்துக் கொடுப்பதுதான் 'வியூகம்.' பங்குச் சந்தை என்பது ஒரு போர்க்களம் என்று சொல்லும்

அளவுக்கு பயங்கரமான விஷயமில்லை என்றாலும், நீங்கள் வெற்றிகரமான ஒரு முதலீட்டாளர் ஆவதற்கு சரியான வியூகம் அவசியம் தேவை!

பங்குச் சந்தை முதலீட்டில் பலரும் பலவிதமான வியூகங்களைப் பயன்படுத்துவார்கள். மிகக் குறுகிய காலம், குறுகிய காலம், நடுத்தர காலம், நீண்ட காலம் என முதலீட்டாளரின் கால அளவைப் பொறுத்து வியூகம் மாறுபடும்.

நாம் இங்கு பார்க்கப்போவது நீண்டகால (ஐந்து வருடத்துக்குமேல்) முதலீட்டாளர்களுக்கான வியூகத்தைப் பற்றித்தான்.

வெவ்வேறு முதலீட்டு யுக்திகளான குரோத் இன்வெஸ்ட்டிங், வேல்யூ இன்வெஸ்ட்டிங், கான்ட்ரா இன்வெஸ்ட்டிங் மற்றும் பேஸிவ் இன்வெஸ்ட்டிங் குறித்துப் பார்த்தோம். இவற்றுக்கும் மேலாக பொதுவான வியூகங்கள் உள்ளன. அவற்றைப் பற்றி இப்போது பார்ப்போம்.

வியூகம் 1

அன்றாட வாழ்வுக்கு மற்றும் குறுகிய காலத்திலேயே தேவைப்படக்கூடிய பணத்தை, பங்குகளில் முதலீடு செய்யாதீர்கள்.

வியூகம் 2

போர்ட்ஃபோலியோ அலோகேஷன் என்பது மிக முக்கியமான ஒன்று. உங்களது போர்ட்ஃபோலியோவில் அவசரத் தேவைக்கான லிக்விட் பணம், நிரந்தர வைப்புநிதி திட்டங்கள், அரசாங்க பாண்டுகள், நிலம், தங்கம், பங்குகள் என அனைத்தும் வயதுக்கு ஏற்ப/தேவைகளுக்கு ஏற்ப இருக்கட்டும்.

வியூகம் 3

போர்ட்ஃபோலியோ பேலன்ஸிங் என்பது முக்கியமான ஒன்று. உங்கள் வயதுக்கு ஏற்ப, ரிஸ்க் எடுக்கும் திறனுக்கு ஏற்ப, உங்கள் செல்வத்தின் மதிப்புக்கு ஏற்ப உங்களது போர்ட்ஃபோலியோவை வருடத்துக்கு ஒரு முறையாவது பேலன்ஸ் செய்து கொள்ளுங்கள்.

வீட்டுப் பாடம்:

உங்களின் பங்குச் சந்தை முதலீட்டு வியூகம் பற்றி சற்று யோசியுங்கள். இப்போது நீங்கள் உபயோகிக்கும் வியூகத்தில் இருக்கும் குறை/நிறைகளை அலசி ஆராயுங்கள்.

வியூகம் 4

நீங்கள் பங்குச் சந்தைக்கு புதியவராக இருக்கும் பட்சத்தில், பெரிய நிறுவனப் பங்குகளில் அல்லது உங்களுக்கு மிகவும் பரிச்சயமான நிறுவனப் பங்குகளில் மட்டுமே முதலீடு செய்யுங்கள். நிறுவனங்கள் பற்றிய பரிச்சயம் இல்லாதவர்கள் இ.டி.எஃப்-ல் முதலீடு செய்யலாம்.

வியூகம் 5

நீங்கள் விரும்பிய பங்குகளை விரும்பிய விலையிலேயே வாங்குங்கள். விரட்டிச் சென்று வாங்காதீர்கள்.

வியூகம் 6

பங்கின் உண்மையான மதிப்பைவிட விலை குறைவாகக் கிடைக்கும்போது மட்டுமே வாங்குங்கள். அதேபோல் பங்கின் விலை உச்சத்தைத் தொட்டு, எந்தவிதமான வேல்யூவேஷன் வரம்புக்குள்ளும் வராமல் இருக்கும்போது துணிந்து விற்றுவிடுங்கள்.

வியூகம் 7

தரம், நிரந்தரம்! எப்போதும் தரமான நிறுவனப் பங்குகளையே வாங்குங்கள். கோடி ரூபாய் லாபம் கிடைக்கும் என்று சொன்னாலும் தரமற்ற நிறுவனப் பங்குகளை வாங்காதீர்கள்!

வியூகம் 8

பொறுமை கடலினும் பெரிது! தரமான பங்குகளை வாங்கிய பிறகு பொறுமையாகக் காத்திருங்கள்! (நினைவில் கொள்க: பங்கு முதலீடு என்பது சுவாரஸியமற்ற (boring) விஷயம்.) குழந்தை பிறந்து, வளர்ந்து, படித்து சம்பாதிப்பதற்குக்கூட 21 வருடங்களுக்கு மேல் ஆகிவிடுகிறது. அவ்வாறு இருக்கும்போது குறைந்தது ஐந்து வருடமாவது நாம் வாங்கிய பங்கு வளர்வதற்கு அனுமதிக்க வேண்டாமா?

வியூகம் 9

நம்பினோர் கைவிடப்படார்! நீங்கள் அலசி ஆராய்ந்து வாங்கிய தரமான பங்குகள் ஒருபோதும் வீண்போகாது! நம்பிக்கையுடன் காத்திருங்கள். திடமான நம்பிக்கை இல்லாமல் (conviction) பங்குகளை வாங்காதீர்கள்!

வியூகம் 10

இந்தியா ஒரு வளரும் நாடு என்பதால், டிவிடெண்ட் யீல்ட் குறைவாகத்தான் இருக்கும். இருந்தாலும், டிவிடெண்ட் யீல்டையும் பார்த்து பங்குகளை வாங்குங்கள். ஏனென்றால், ஆரம்ப காலங்களில் அது ஒன்றுதான் உங்களுக்கு அந்தப் பங்கில் இருந்து கிடைக்கும் வருமானம்.

வியூகம் 11

உலகளவில் நிலம் மற்றும் தங்க முதலீட்டை விரும்புபவர்களில் தமிழர்கள் முன்னணியில் இருப்பார்கள் என நினைக்கிறேன். வேறு முதலீடுகளைப்போல அவற்றுக்கும் ரிஸ்க் உண்டு. ஆகவே, அவற்றில் மட்டுமே ஃபோக்கஸ் செய்யாமல், பங்கு முதலீட்டை முன்னிலைக்குக் கொண்டு வாருங்கள்! பங்கு முதலீடு, கடந்த இருபது ஆண்டுகளில் சம்பாதித்துக் கொடுத்தது எக்கச்சக்கம். இன்னும் சம்பாதித்துக் கொடுக்க வேண்டியது ஏராளம்!

பங்குச் சந்தை ஒரு கடல் போன்றது. நாம் படகை/கப்பலை எந்தத் திசையில் செலுத்துகிறோமோ, அந்தத் திசையில் செல்வதற்கு கடல் ஒரு தளமாக அமைகிறது. அதுபோல பங்குச் சந்தை நமக்கு ஒரு நல்ல தளம். அதைத் தளமாக உபயோகித்து நீண்டகால முதலீடுகளை மேற்கொள்ள வேண்டும்.

உதாரணத்துக்கு, 'பெல்' (BHEL) போன்ற தரமான நிறுவனங்கள் தற்சமயத்தில் பல காரணங்களால் மலிவான விலையில் கிடைக்கின்றன. எஃப்.பி.ஓ. வரும்போது இன்னும்கூட சற்று குறைய வாய்ப்பு இருக்கிறது. இதுபோன்ற தரமான நிறுவனங்களை நீண்டகால முதலீட்டாளர்கள் குறித்துக்கொண்டு சிறுக சிறுக வாங்கிச் சேர்க்கலாம்!

பங்குச் சந்தை முதலீட்டில் தேர்ச்சி பெற்று வெற்றிகரமான ஒரு முதலீட்டாளர் ஆவதற்கு பல வருடங்கள் ஆகும். ஒவ்வொருவருக்கும் ஒவ்வொரு விதமான வியூகம் சரிவரும். உங்களுக்கு எந்த வியூகம் பொருந்துகிறது என்று கூர்ந்து கவனித்து, தேர்வு செய்து கொள்ளுங்கள். உங்கள் வியூகம் சரியா, தவறா என்பதை உங்களுக்கு கிடைக்கப்போகும் நஷ்டத்தைப் பொறுத்து தெரிந்து கொள்ளலாம்.

32

இ.டி.எஃப்.!

‘பேஸிவ் இன்வெஸ்டிங்’ முறையின் ஒரு பகுதிதான் இ.டி.எஃப். என்று சொல்லப்படும் ‘எக்ஸ்சேஞ்ச் டிரேடட் ஃபண்டு’கள். அது பற்றி விரிவாகப் பார்ப்போம்.

பங்குச் சந்தையில் ஆயிரக்கணக்கான பங்குகள் இருக்கின்றன. இதில் ஒவ்வொரு பங்கையும் ஆராய்ந்து முதலீடு செய்ய நேரமில்லை. எனவே, சந்தையையே விலைக்கு வாங்கிவிட்டால் என்ன என்று நீங்கள் நினைத்தால், அதுதான் இ.டி.எஃப்!

‘கோல்டு இ.டி.எஃப்.’ இப்போது நம் ஊரில் வேகமாகப் பிரபலமாகி வருகிறது. தங்கத்தை அடிப்படையாகக் கொண்டு இயங்குவதுதான் ‘கோல்டு இ.டி.எஃப்.’ இதுவே ஒரு குறியீட்டை அடிப்படையாகக் கொண்டு செயல்பட்டால்! அதாவது, ‘பேங்க் இண்டெக்ஸ்’ என்கிற குறியீட்டை எடுத்துக்கொள்வோம். இந்த இண்டெக்ஸில் உள்ள சில பங்குகளை மட்டும் ஒரு குரூப்பாக்கி, அதில் முதலீடு செய்தால் அதுதான் இ.டிஎஃப்.

பேங்க் இண்டெக்ஸில் உள்ள வங்கிகள் நன்றாக செயல்பட்டால், அதனால் அந்த இண்டெக்ஸ் உயர்ந்து நமக்கு லாபம் கிடைக்கும். சுருக்கமாகச் சொல்ல வேண்டும் என்றால், குறிப்பிட்ட ஒரு குறியீட்டின் ஏற்றத்தாழ்வுகளுக்கு ஏற்ப, இ.டி.எஃப்-ன் விலையிலும் ஏற்ற-இறக்கங்கள் இருக்கும். இது எக்ஸ்சேஞ்சில் டிரேட் ஆகும் என்றாலும், இதை நிர்வாகம் செய்வது மியூச்சுவல் ஃபண்ட் கம்பெனிகள்தான்.

உலக அளவில் இ.டி.எஃப்-களின் வரலாறு மிகக் குறுகியது. கடந்த 20 வருடங்களாகத்தான் இ.டி.எஃப்-கள் நடைமுறையில் உள்ளன. இருந்தபோதிலும், வளர்ந்த நாடுகளில் இந்த முறை முதலீடு மிகவும் பிரசித்தம்.

இ.டி.எஃப்.-ல் முதலீடு செய்தால் என்னென்ன நன்மைகள் கிடைக்கும்?

ஒன்றல்ல, இரண்டல்ல, பல நன்மைகள் கிடைக்கும்.

1. பங்குச் சந்தையில் எந்த ஒரு பங்கையும் வாங்குவது/விற்பது போல, இ.டி.எஃப்-ஐயும் எளிதில் வாங்கலாம்; விற்கலாம் - அதுவும் மிகக் குறைந்த கமிஷனில். தவிர, மியூச்சுவல் ஃபண்ட் நிறுவனம் இதை நிர்வாகம் செய்ய எடுத்துக்கொள்ளும் தொகையும் மிக மிகக் குறைவு (low expense ratio).

2. சந்தையின் ஏற்றத்தாழ்வுகளுக்கு ஏற்ப நம்முடைய லாப-நஷ்டமும் இருக்கும்.

3. மியூச்சுவல் ஃபண்டில் ஒரு நாளில் எப்போது முதலீடு செய்தாலும், அன்றைய முடிவில் தரப்படும் என்.ஏ.வி.தான் கணக்கில் எடுத்துக் கொள்ளப்படும். ஆனால், இ.டி.எஃப்-பில் முதலீடு செய்யும்போது பங்குகளைப் போல ஒரே நாளில் பல விலைகளில் வாங்க/விற்க முடியும்.

4. அலுத்துக்கொள்ளாமல் பங்குச் சந்தையில் முதலீடு (passive investment) செய்ய விரும்புபவர்களுக்கு இ.டி.எஃப்-கள் பெஸ்ட்

> **வீட்டுப் பாடம்!**
>
> இந்தியாவில் வர்த்தகமாகும் வெவ்வேறு விதமான இ.டி.எஃப்-களை இணையதளங்கள் மூலம் கண்டறிந்து, அவை நிர்வகிக்கும் தொகை, தினசரி வர்த்தகமாகும் அளவு, அவை சார்ந்திருக்கும் குறியீட்டை ஒப்பிடும்போது அந்த இ.டி.எஃப்-கள் எவ்வாறு லாபம் தந்துள்ளன என்பனவற்றைக் கண்டறிக.

சாய்ஸ். இத்தகைய முதலீடுகளை 'கவலை இல்லாத முதலீடு' (investment minus worries) என்றும் கூறலாம்.

5. இந்தியா, அடுத்த 20/30 வருடங்களுக்கு உலக அளவில் தலை சிறந்த ஒரு பொருளாதாரமாக விளங்கி, முதலீட்டாளர்களுக்கு நல்ல வருவாயை ஈட்டித் தரும். அவ்வாறு வளரும் தருணத்தில் இந்திய பங்குச் சந்தையும் அதன் குறியீடுகளும் நன்றாக வளரும். அந்த வளர்ச்சியை இ.டி.எஃப்-களில் நேரடியாகக் காணலாம்.

6. மியூச்சுவல் ஃபண்டுகளில், நீண்டகால முதலீட்டாளர்களும் குறுகிய கால முதலீட்டாளர்களும் அடிக்கடி உள்ளே வந்து செல்வதால் ஏற்ற-இறக்கம் இருக்கும். இ.டி.எஃப்-பில் அந்தப் பிரச்னை இல்லை.

7. பங்கு சார்ந்த இ.டி.எஃப்-களுக்கு, வருமான வரி பங்குகளைப் போலவே பாவிக்கப்படும். கடன் சார்ந்த இ.டி.எஃப்-களுக்கு, கடன் திட்டங்களைப் போல பாவிக்கப்படும். இப்படி எத்தனையோ விஷயங்களை சொல்லிக்கொண்டே போகலாம்.

பலவிதமான இ.டி.எஃப்-கள் நம் நாட்டில் உள்ளன. பங்கு சார்ந்தவை, கடன் சார்ந்தவை, துறை சார்ந்தவை, கமாடிட்டி சார்ந்தவை (தங்கம்) என பல வகைகளில் கிடைக்கின்றன.

எந்த வகையான முதலீட்டாளர்கள் இ.டி.எஃப்-களில் முதலீடு செய்யலாம்?

இ.டி.எஃப். எதை அடிப்படையாகக் கொண்டு உள்ளதோ (உதாரணத்துக்கு நிஃப்டி 50 பங்கு குறியீட்டை அடிப்படையாகக் கொண்டுள்ள இ.டி.எஃப்.) அந்த பொருள் ஏறும் அளவுக்கு எனக்கு கிடைக்கும் வருமானம் இருந்தால் போதுமானது, கூடவோ, குறையவோ வேண்டாம் என்று நினைப்பவர்கள், அலுத்துக் கொள்ளாமல் முதலீடு செய்ய விரும்புபவர்கள், சந்தையில் உடனே நுழைய வேண்டிய நிர்ப்பந்தம் உள்ளவர்கள், சந்தையின்/ குறியீட்டின் ஏற்ற-இறக்கத்தைப் பயன்படுத்தி வருமானம் செய்ய நினைப்பவர்கள், ஹெட்ஜ் செய்ய விரும்புபவர்கள் போன்ற முதலீட்டாளர்களுக்கு இது ஒரு வரப்பிரசாதம்.

டே டிரேடிங் அல்லது மிகக் குறுகிய காலத்துக்காக வர்த்தகம் செய்பவர்கள், இ.டி.எஃப்-ஐ உலகெங்கிலும் அதிகமாக உபயோகிக்கிறார்கள்.

இந்தியாவில் இ.டி.எஃப்-களில் முதலீடு செய்யும்போது கவனிக்க வேண்டியவை என்னென்ன?

இ.டி.எஃப்-கள், இப்போதுதான் இந்தியாவில் பிரபலமாகி வருகின்றன. எனவே, சில இ.டி.எஃப்-கள் வர்த்தகமாகும் அளவு

(volume) குறைவாக உள்ளது. முதலீட்டாளர்கள் முதலீடு செய்ய இ.டி.எஃப்-களை தேர்வு செய்யும்போது, தினசரி வர்த்தகமாகும் அளவை முக்கியமாகக் கவனிக்க வேண்டும். மேலும், அந்தத் திட்டத்தை நிர்வாகம் செய்ய வசூலிக்கப்படும் தொகை, அதை நிர்வகிக்கும் நிறுவனம், அந்தத் திட்டத்தின் செயல்பாடு, எந்தக் குறியீட்டை அடிப்படையாகக் கொண்டுள்ளதோ அந்தக் குறியீட்டை தொடர்ச்சியாக மிகச் சரியாக பிரதிபலிக்கிறதா என்பனவற்றையும் கவனிப்பது அவசியம்.

'இண்டெக்ஸ் மியூச்சுவல் ஃபண்டுகளுக்கும் இ.டி.எஃப்-களுக்கும் என்ன வித்தியாசம்?' என்று நம்மில் பலருக்கும் சந்தேகம் எழலாம். இரண்டுமே குறியீட்டை அடிப்படையாகக் கொண்டவைதான் என்றாலும், நிர்வகிக்கப்படும் விதம், வர்த்தகம் செய்யப்படும் விதம், ஃபண்டு செலவு சதவிகிதம், என்.ஏ.வி. அறிவிப்பு போன்ற அனைத்தும் வித்தியாசப்படும். பல கோணங்களில் இருந்து பார்க்கும்போது, இ.டி.எஃப்., இண்டெக்ஸ், மியூச்சுவல் ஃபண்ட் திட்டங்களைவிடச் சிறந்தது என்றே சொல்ல வேண்டும். 'பங்கு சார்ந்த, கடன் சார்ந்த, துறை சார்ந்த மற்றும் தங்கம் சார்ந்த இ.டி.எஃப்-கள் கிடைக்கின்றன.

சமீப காலத்தில் பெஞ்ச்மார்க் மியூச்சுவல் ஃபண்டைப் போல இ.டி.எஃப்-களை முதன்மையான தொழிலாகக் கொண்டு 'மோத்திலால் ஆஸ்வால் மியூச்சுவல் ஃபண்ட் நிறுவனம்' களமிறங்கி உள்ளது.

இந்தியாவில் தற்போது எண்ணிக்கையில் அதிகமாக இருக்கும் இ.டி.எஃப். திட்டங்கள், தங்கம் சார்ந்தவைதான். கோல்டு இ.டிஎஃப். திட்டங்களில் கோல்டுபீஸ், நிஃப்டி 50-ஐ அடிப்படையாகக் கொண்ட நிஃப்டி பீஸ், வங்கி குறியீட்டை அடிப்படையாகக் கொண்டு இயங்கும் பேங்க் பீஸ் போன்ற இ.டி.எஃப்-கள் பிரபலமாக இருக்கின்றன. ஜூனியர் நிஃப்டியை வைத்து ஜூனியர் பீஸ், சி.என்.எக்ஸ். மிட்கேப் குறியீட்டை வைத்து எம்-100-ம் சமீப காலமாகப் பிரபலமாகி வருகின்றன.

இது தவிர இன்ப்ஃரா பீஸ், லிக்விட் பீஸ் போன்றவையும் வர்த்தகமாகின்றன. வெளிநாட்டுக் குறியீடுகளை வைத்தும் இந்தியாவில் இப்போது ஹேங்செங் பீஸ் மற்றும் நாஸ்டாக்-100 போன்ற இ.டி.எஃப்-களும் கிடைக்கின்றன.

33

எஃப் அண்ட் ஓ முதல் ஐ.டி.ஆர். வரை!

பங்குச் சந்தையில், பங்குகள் மட்டும்தான் வர்த்தகமாகிறதா என்றால் இல்லை. பத்து, பதினைந்து ஆண்டுகளுக்கு முன்பு வேண்டுமானால் பங்குகள் மட்டுமே வர்த்தகமாகி இருக்கலாம். ஆனால் இன்றோ, பங்குச் சந்தைகளில் பல்வேறு விஷயங்கள் வர்த்தகமாகின்றன. அவை என்னென்ன தெரியுமா?

1. பங்குகள்
2. இ.டி.எஃப்.
3. எஃப் அண்ட் ஓ.
4. கரன்ஸி
5. என்.சி.டி.
6. வாரன்ட்
7. ஐ.டி.ஆர்.
8. கடன் பத்திரங்கள்
9. மியூச்சுவல் ஃபண்டுகள்.

பங்குகள் மற்றும் இ.டி.எஃப். பற்றிய பல்வேறு தகவல்களை கடந்த அத்தியாயங்களில் ஆராய்ந்தோம். இனி, மற்றவற்றைப் பற்றி சுருக்கமாகப் பார்ப்போம்.

எஃப் அண்ட் ஓ (Futures & Options): இவை இரண்டும் சேர்த்து பொதுவாக 'டெரிவேட்டிவ்' என்றும் அழைக்கப்படுகிறது. ஃபியூச்சர்ஸ், ஆப்ஷன்ஸ் ஆகிய இரண்டும் ஒருவிதமான ஃபைனான்ஷியல் கான்ட்ராக்ட். நீங்கள் பங்குகளை விலைக்கு வாங்கினால், அவற்றை வாழ்நாள் முழுவதும் வைத்துக் கொள்ளலாம். ஆனால், எஃப் அண்ட் ஓ-வில் பங்குகளை அடிப்படையாகக் கொண்ட ஒப்பந்தங்களை நாம் விலைக்கு வாங்குகிறோம். அதாவது, நாம் எதிர்காலத்தில் வாங்கப் போகும்/ விற்கப்போகும் ஒன்றுக்கு இன்றே விலையை நிர்ணயித்துக் கொள்வதே 'ஃபியூச்சர்'.

ஆப்ஷன்ஸ் சற்று மாறுபட்டது. ஒரு பங்கை குறிப்பிட்ட விலைக்கு வாங்குகிறேன்/விற்கிறேன் என்கிற ஒப்பந்தம் போட்டுக்கொண்டு சிறுதொகையை அட்வான்ஸாகக் கட்டிவிடுவது. இதில் என்ன வசதி என்றால், நாம் ஒப்பந்தம் செய்துகொண்ட விலை நமக்குச் சாதகமாக இருந்தால் மட்டுமே நாம் கணக்கை முடித்துக் கொள்ளலாம். இல்லாவிட்டால், அட்வான்ஸாகக் கட்டிய சிறிய தொகையை, 'போய்த்தொலைகிறது!' என்று அப்படியே விட்டுவிடலாம். இதில் கால் ஆஃப்ஷன், புட் ஆஃப்ஷன் என இரண்டு வகை உண்டு.

இந்த எஃப் அண்ட் ஓ, சிலருக்கு சில வகைகளில் உதவிகரமாக இருக்கும். நீண்டநாள் முதலீட்டாளர் தங்கள் லாபத்தைப் பாதுகாத்துக்கொள்ள மிகச் சிறந்த வழி இந்த எஃப் அண்ட் ஓ. ஆனால், சிறு முதலீட்டாளர்கள் பணத்துக்கு ஆசைப்பட்டு விஷயம் தெரியாமல் இதில் இறங்கினால் கையை சுட்டுக்கொள்ள நேரிடலாம்!

கரன்ஸி: கரன்ஸி டெரிவேட்டிவ்களும் இந்திய பங்குச் சந்தைகளில் சமீப காலமாக அறிமுகப்படுத்தப்பட்டு வர்த்தகமாகி வருகிறது. இதுவும் ஒரு ஹை ரிஸ்க்கான விஷயம்தான். விஷயம் தெரியாத

வீட்டுப் பாடம்!

என்.எஸ்.இ. மற்றும் பி.எஸ்.இ. இணையதளங்களுக்குச் சென்று அங்கு என்னென்ன நிதி உபகரணங்கள் வர்த்தகமாகின்றன என்று கண்டறியவும்.

முதலீட்டாளர்கள் வெறும் யூகத்தை அல்லது அதிர்ஷ்டத்தை நம்பி இறங்கினால், ஆபத்தே வரும். ஆகவே, சிறு முதலீட்டாளர்கள் இதுபோன்ற டெரிவேட்டிவ் வர்த்தகத்திலிருந்து விலகி இருப்பது நல்லது. ஆனால், நீங்கள் ஏற்றுமதி/இறக்குமதி வர்த்தகத்தில் ஈடுபட்டிருந்தால், உங்களுடைய அல்லது உங்கள் நிறுவனத்தின் வருமானத்தைப் பாதுகாத்துக்கொள்ள, கரன்ஸி டெரிவேட்டிவ் மூலம் உங்கள் லாபத்தை அல்லது நஷ்டத்தை ஈடுசெய்யலாம்.

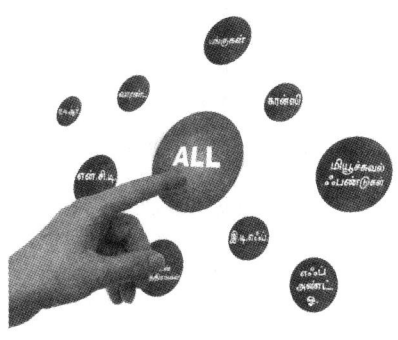

என்.சி.டி. (NCD - Non Convertible Debentures): இது, சமீப காலமாக மிகவும் பாப்புலராகி வருகிறது; சிறு முதலீட்டாளர்களுக்கு மிகவும் பயனுள்ள உபகரணம். என்.சி.டி. என்பது கடன் சார்ந்த திட்டம். தற்போது வெளிவரும் திட்டங்கள் பலவும் செக்யூர்ட் என்.சி.டி-கள் (Secured NCD). இந்த செக்யூர்ட் என்.சி.டி-களில் நிறுவனங்கள் தங்களது சொத்துகளை முதலீட்டாளர்களிடம் அடமானமாக வைத்து நிதி திரட்டுவதால், இதில் முதலீடு செய்யப்படும் பணத்துக்கு உத்தரவாதம் அதிகம். வங்கிகள் மற்றும் பெரிய நிறுவனங்கள் நிரந்தர வைப்பு நிதிகள் (Fixed Deposits) மூலம் நிதி திரட்டுகின்றன. அந்த வைப்பு நிதிகள் அன்செக்யூர்ட் என்.சி.டி-கள் (Unsecured) எனப்படும்.

தற்சமயம் வெளிவரும் டிபஞ்சர்கள், ரூபாய் 1,000/- முகமதிப்பு கொண்டவையாக இருக்கின்றன. பெரும்பாலும் குறைந்தபட்ச முதலீடு ரூபாய் 10,000/- ஆகும். இந்த என்.சி.டி-கள் வெளியீடு முடிந்தவுடன், பங்குச் சந்தையில் லிஸ்ட் செய்யப்பட்டு வர்த்தகமாகின்றன. ஒவ்வொரு நாளும் அதன் விலை, அன்றைய வட்டி விகிதம், முதிர்வு தேதி, வெளியிட்ட நிறுவனத்தின் அன்றைய நிதி நிலைமை போன்றவற்றின் அடிப்படையில், சந்தையால் நிர்ணயிக்கப்படுகிறது. பங்குகளை வாங்கி விற்பது போல், இந்த என்.சி.டி-களையும் வாங்கி விற்கலாம். டீமேட் கணக்கில் இந்த என்.சி.டி-கள் இருப்பதால், மூலத்தில் வருமான வரி பிடிப்பு ஏதுமில்லை என்பது இதிலுள்ள கூடுதல் அட்ராக்ஷன்.

என்.சி.டி-களை வாங்கி, முதிர்வு வரை வைத்திருப்பவர்களுக்கு சந்தை ரிஸ்க் ஏதும் இல்லை. அதே சமயத்தில், தங்களது தேவைகளுக்காக, முதிர்வு தேதிக்கு முன்பு சந்தையில் விற்கச் செல்லும்போது அன்றைய வட்டி விகிதத்தைப் பொறுத்து விலையில் ஏற்ற - இறக்கம் இருக்கும். இதுபோன்ற உபகரணங்களில்

முதலீடு செய்பவர்கள் அதிகமாக சந்தையில் விற்க வரமாட்டார்கள். எனவே, சந்தையில் வர்த்தகமாகும் அளவு குறைவாக இருக்க வாய்ப்பு உண்டு. இதனால் லிக்விட்டி ரிஸ்க் ஏற்பட வாய்ப்பு உண்டு.

வாரன்ட்ஸ்: உரிம வாரன்ட்டுகளை நிறுவனங்கள் அவ்வப்போது வெளியிடும். குறிப்பிட்ட காலத்துக்குப் பிறகு அவை பங்குகளாக மாற்றப்படும். அந்த காலகட்டத்துக்கு முன் நிறுவனங்கள் அவற்றை பங்குச் சந்தையில் லிஸ்ட் செய்கின்றன. அவ்வாறு லிஸ்ட் செய்யப்பட்ட நல்ல தரமான வாரன்ட்டுகளை விவரம் அறிந்து வாங்கி முதலீட்டாளர்கள் லாபம் அடையலாம்.

ஐ.டி.ஆர். (IDR - Indian Depository Receipt): இந்திய நிறுவனங்கள் தங்களுடைய பங்குகளை ஏ.டி.ஆர்-ஆக (ADR - American Depository Receipt) அமெரிக்க பங்குச் சந்தையில் லிஸ்ட் செய்கின்றன. அதேபோல வெளிநாட்டு நிறுவனங்கள் தங்களுடைய பங்குகளை இந்திய பங்குச் சந்தையில் லிஸ்ட் செய்வதே ஐ.டி.ஆர். அவ்வாறு சமீபத்தில் லிஸ்ட் செய்யப்பட்டது ஸ்டாண்டர்ட் சார்டர்டு வங்கியின் ஐ.டி.ஆர். வெளிநாட்டு நிறுவனங்களில் முதலீடு செய்ய நினைப்பவர்கள், இந்த ஐ.டி.ஆர். எப்படிப்பட்ட வருமானத்தைக் கொடுத்திருக்கிறது என்று பார்த்துவிட்டு வாங்கலாம்.

கடன் பத்திரங்கள்: அரசாங்கம் மற்றும் கார்ப்பரேட் கடன் பத்திரங்களும் பங்குச் சந்தையில் வர்த்தகமாகின்றன. இதில் 'ஹோல்சேல் மற்றும் ரீடெய்ல்' மார்க்கெட் என இரு வகை உள்ளது. நம் நாட்டில் கடன் பத்திரங்களுக்கான மார்க்கெட் இன்னும் அவ்வளவு பிரபலம் அடையவில்லை. செபி-யும் கடன் பத்திரச் சந்தையை இன்னும் அதிகமாக ஊக்குவிக்க வேண்டும். வளர்ந்த நாடுகளை ஒப்பிடுகையில், நம் கடன் பத்திரச் சந்தை இன்னும் முளைகூட விடவில்லை என்றே சொல்ல வேண்டும்.

மியூச்சுவல் ஃபண்டுகள்: பங்குச் சந்தை மூலம் மியூச்சுவல் ஃபண்டுகளை வாங்கலாம், விற்கலாம் என்ற வசதியை அறிமுகப்படுத்தி ஓரிரு ஆண்டுகள் ஆகிவிட்டது. ஆனால், பல அசௌகரியங்களால் இந்தத் திட்டம் சூடு பிடிக்கவில்லை. பங்குச் சந்தை மூலம் நடைபெறும் மியூச்சுவல் ஃபண்ட் வர்த்தகம் மிக மிகக் குறைவே! ஆகவே, சிறு முதலீட்டாளர்கள் நேரடியாக மியூச்சுவல் ஃபண்டுகளுடன் தொடர்பு வைத்துக்கொள்வதே சிறந்தது!

34

முதலீட்டாளர்கள் ஏமாற்றப்பட்டால்..?

மிகச் சிறந்த கட்டுப்பாட்டோடு (ரெகுலேஷன்) உலக அளவில் செயல்படும் பங்குச் சந்தைகளில், நம் இந்திய பங்குச் சந்தையும் ஒன்று. இன்றைய தேதியில் பங்குகளை வாங்கி, விற்பதில் வெளிப்படையான (டிரான்ஸ்பரன்ட்) தன்மை நிலவுகிறது. பங்கு வாங்கி/விற்ற அன்றே எஸ்.எம்.எஸ்., கான்ட்ராக்ட் நோட் என அனைத்தும் வந்துவிடும்.

பங்குகளை வாங்கிய அன்றோ அல்லது மறுநாளோ நீங்கள் பணம் கொடுத்துவிட வேண்டும். விற்ற இரண்டாவது நாள், உங்கள் பணம் உங்கள் கைக்கு வந்துவிட வேண்டும்.

உங்கள் கணக்குகளை, ஆன்லைனில் பார்த்துக்கொள்ளும் வசதி, குறிப்பிட்ட உங்கள் வங்கிக் கணக்கிற்கு ஆட்டோமெட்டிக்காக டிவிடெண்ட் மற்றும் பேஅவுட் பெறும் வசதி, நீங்கள் வைத்திருக்கும் பங்குகளை நேரடியாக (புரோக்கர் வெப்சைட் தவிர) என்.எஸ்.டி.எல்/

சி.டி.எஸ்.எல். வெப்சைட் மூலமாகப் பார்த்துக்கொள்ளும் வசதி என பல விஷயங்கள் வந்துவிட்டன.

இவ்வளவு வெளிப்படையான தன்மை இருந்தும், பிரச்னைகள் இல்லாமல் இல்லை. பல முதலீட்டாளர்கள் இன்றும் ஏமாற்றப்படுவதாக புகார் வந்துகொண்டுதான் இருக்கிறது. இதிலிருந்து தப்பிக்க, பங்குகளை வாங்கும்போதும்/ விற்கும்போதும் நீங்கள் கடைப்பிடிக்க வேண்டிய வழிமுறைகளைப் பார்ப்போம்.

1. உங்கள் டீமேட் மற்றும் டிரேடிங் அக்கவுன்டில் உங்களது செல்போன் நம்பரை பதிவு செய்து கொள்ளுங்கள். அதன்மூலம் நீங்கள் டிரேடிங் செய்தபோதெல்லாம் உங்களுக்கு தகவல் வரும். மேலும், உங்கள் டீமேட் கணக்கில் இருந்து பங்குகள் உங்களுக்குத் தெரியாமலே விற்கப்பட்டாலும் உங்களுக்குத் தகவல் வந்துவிடும்.

2. இ-மெயில் மற்றும் இன்டர்நெட் வசதி, இன்று பங்கு முதலீட்டுக்கு இன்றியமையாத ஒன்றாகிவிட்டது. ஆகவே, இ-மெயில் அக்கவுன்ட் இல்லையெனில், ஒன்றை உருவாக்கிக் கொள்ளுங்கள். நீங்கள் வர்த்தகம் செய்யும்போதெல்லாம், உங்களுக்கு கன்ஃபர்மேஷன் மெயில் மற்றும் கான்ட்ராக்ட் வந்துவிடும்.

வீட்டுப் பாடம்!

நீங்கள் நிஜத்தில் பங்குகளை வாங்கும் முன்பு, கற்பனையில் வாங்கிப் பார்ப்பதை 'பேப்பர் டிரேடிங்' என்று சொல்வார்கள். பங்குச் சந்தையில் உங்களுக்கு பரிச்சயம் ஏற்படவும் ஒருசில பங்குகளின் விலையை தொடர்ந்து கண்காணிக்கவும் இந்தப் பயிற்சி உங்களுக்கு மிகவும் உதவும். இங்கு குறிப்பிட்டுள்ள பங்குகளில் ஏதாவது இரண்டை அதன் ஆரம்ப விலையில் வாங்குவதாக நினைத்து, அந்த விலையை ஒரு காகிதத்தில் எழுதிக் கொள்ளுங்கள். நீங்கள் வாங்கிய தேதியிலிருந்து அடுத்த ஐந்து நாட்களுக்கு அந்த விலை ஏறுகிறதா, இல்லை இறங்குகிறதா என்று கண்காணியுங்கள்.

நீங்கள் கற்பனையில் வாங்க வேண்டிய பங்கு: அசோக் லேலாண்ட், இந்தியன் ஓவர்சீஸ் வங்கி, சத்யம் கம்ப்யூட்டர்ஸ்.

விகடன் பிரசுரம்

3. புரோக்கரிடம் உள்ள உங்கள் லெட்ஜர் அக்கவுன்டில் பணத்தை விட்டு வைக்காதீர்கள். நீங்கள் விற்க விற்க ஆட்டோமெட்டிக்காக உங்கள் வங்கிக் கணக்குக்கு மாற்றச் சொல்லுங்கள். அதுபோலவே, பங்குகளை வாங்கிய அளவுக்குப் பணத்தை சரியாகக் கொடுத்துவிடுங்கள்.

4. பவர் ஆஃப் அட்டார்னி புரோக்கரிடம் கொடுக்காமல், நீங்கள் ஒவ்வொரு தடவையும் செக் (காசோலை) போல டீமேட் ஸ்லிப் எழுதிக் கொடுக்கலாம். நீங்கள் ஆக்டிவ்வான முதலீட்டாளர் எனில், இந்த முறை உங்களுக்கு சரிப்பட்டு வராது.

5. டிரேடிங் அக்கவுன்டை ஓர் இடத்திலும், டீமேட் அக்கவுன்டை வேறோர் இடத்திலும் வைத்துக் கொள்ளலாம். இதிலும் அசௌகரியங்கள் அதிகம்.

6. நீங்கள் பங்குச் சந்தை பற்றி முற்றிலும் அறிந்தவர் எனில், எங்கு வேண்டுமானாலும் உங்கள் அக்கவுன்டை இன்டர்நெட் மூலம் திறந்து அதைத் தொடர்ந்து கண்காணியுங்கள். பங்குச் சந்தை பற்றி அதிகம் பரிச்சயம் இல்லாதவர் எனில், நல்ல நிதி ஆலோசகர் ஒருவரின் உதவியுடன் உங்கள் டீமேட் மற்றும் டிரேடிங் அக்கவுன்டை திறந்துகொள்வது நல்லது.

7. எந்த ஒரு முதலீட்டுக்கும் கண்காணிப்பு என்பது அவசியம். அதை மனதில் கொண்டு, அவ்வப்போது உங்கள் டீமேட் மற்றும் டிரேடிங் அக்கவுன்டை கண்காணித்துக் கொள்ளுங்கள்.

8. எவரேனும் உங்களை அணுகி நீங்கள் லட்ச ரூபாய் முதலீடு செய்யுங்கள். நான் மாதத்துக்கு 5% அல்லது 10% பங்குச் சந்தையில் முதலீடு செய்து லாபம் சம்பாதித்துத் தருகிறேன் என்று கூறினால், நம்பாதீர்கள்! அப்படி நம்பினீர்கள் எனில், நீங்கள் ஏமாறுவது உறுதி!

9. எந்தக் காரணம் கொண்டும் புரோக்கிங் நிறுவனத்தில் வேலை செய்யும் டீலர்களிடம் உங்களது அக்கவுன்டை அவரே ஆப்ரேட் செய்து, சம்பாதித்துத் தருமாறு கூறாதீர்கள்.

10. குறைந்தது ஒவ்வோர் ஆண்டின் முடிவிலும், நீங்கள் முதலீடு செய்த பணம் எவ்வளவு, விற்றது எவ்வளவு, இருப்பு எவ்வளவு என்ற கணக்கைப் பாருங்கள்.

மேற்கண்ட விஷயங்களை எல்லாம் பின்பற்றிய பின்பும் நீங்கள் ஏமாற்றப்படுகிறீர்கள் என்றால், என்ன செய்யலாம் என்பது பற்றி இனி பார்ப்போம்.

உங்கள் புரோக்கர் நீங்கள் சொல்லாமலே ஒரு பங்கை வாங்கி/விற்றுவிட்டார் எனில், ஒவ்வொரு புரோக்கரிடமும்

தங்கம், ரியல் எஸ்டேட், கமாடிட்டி, கரன்ஸி போன்றவற்றில் முதலீடு செய்வதைவிட பங்குச் சந்தையில் முதலீடு செய்வதால் என்னென்ன நன்மைகள் கிடைக்கும் தெரியுமா?

- பங்குச் சந்தையில் போட்ட பணத்தை எளிதாக வெளியே எடுத்துவிட முடியும்.
- நீண்ட கால முதலீட்டு லாபத்துக்கு வரி கிடையாது. (அதாவது, 12 மாதங்களுக்கு மேல் வைத்திருந்தால்).
- இந்தியாவிலேயே இன்று வில்லங்கம் இல்லாமல் கிடைக்கக்கூடிய முதலீடுகளில் ஒன்று.
- வேறொருவரால் எளிதில் ஆக்ரமிக்க முடியாத முதலீடு.
- பாதுகாப்பானது.
- நம் விருப்பத்துக்கேற்ப முதலீடு செய்யலாம்.

'கம்ப்ளையன்ஸ் ஆபீஃஸர்' என்று ஒருவர் இருப்பார். அவருக்கும், பிராஞ்ச் மேனேஜருக்கும் உங்கள் புகாரை உடனடியாக இ-மெயிலில் அனுப்புங்கள். மேலும், உங்கள் புகாரைக் கடிதமாக எழுதி புரோக்கரிடம் கொடுங்கள். அந்தக் கடிதம் கொடுத்ததற்கான அத்தாட்சியையும் பெற்றுக்கொள்ளுங்கள். இதன்மூலம், உரிய தருணத்தில் நீங்கள் புகார் சொல்லவில்லை என்கிற குற்றச்சாட்டு உங்கள் மீது வருவதைத் தடுக்க முடியும். அந்தப் புகாருக்கு உரிய பதில் கிடைக்கவில்லை என்றால், மேற்கொண்டு ஸ்டாக் எக்ஸ்சேஞ்சுக்குப் புகாரை அனுப்பலாம்.

தேசிய பங்குச் சந்தை (என்.எஸ்.இ.), தனது இணையதளத்தில் புகார் செய்வது பற்றிய விவரங்களை தெளிவாகத் தந்துள்ளது. ஆன்லைன் மூலமாகவும் புகாரை பதிவு செய்யலாம். தபால்/கூரியர் மூலமாகவும் புகாரை பதிவு செய்யலாம். அதற்குத் தேவையான விண்ணப்பப் படிவங்கள் இணையதளத்திலேயே உள்ளன.

தவிர, தேசிய பங்குச் சந்தை சென்னை, மும்பை, புது டெல்லி, கொல்கத்தா போன்ற இடங்களில் முதலீட்டாளர் சேவை மையங்களை அமைத்துள்ளது. அந்த மையங்களை தொடர்புகொண்டு உங்களது பிரச்னைகளுக்குத் தீர்வு காணலாம்.

அதுபோல, மும்பை பங்குச் சந்தை (பி.எஸ்.இ.) அதன் புரோக்கர்கள் மீது புகார் செய்வதற்கு வசதி செய்து தந்திருக்கிறது. விவரங்கள் அதன் இணையதளத்தில் உள்ளது.

பங்குச் சந்தைகளில் லிஸ்ட் செய்யப்பட்டுள்ள பங்கு நிறுவனங்கள் பற்றி உங்களுக்கு ஏதாவது புகார் இருந்தாலும், பங்குச் சந்தை புகார் மையத்தில் புகாரைப் பதிவு செய்யலாம். பொதுவாக பெரிய, தரமான நிறுவனப் பங்குகளை வாங்கும்போது இது மாதிரியானப் பிரச்னைகளுக்கு இடம் இல்லை.

நீங்கள் ஒவ்வொரு முறையும் உங்கள் புரோக்கரிடம் அல்லது பங்குச் சந்தையிடம் புகார் செய்யும்போது, செஃபிக்கும் ஒரு நகல் அனுப்புவது நல்லது. செஃபி-யின் இணையதளத்தில் புரோக்கர் குறித்தப் புகார்களை ஏற்றுக்கொண்டு சரி செய்ய, ஒவ்வொரு பிராந்தியத்துக்கும் தனி செல்கள் நியமிக்கப்பட்டுள்ளன. நமது தென் பிராந்தியத்துக்கான செஃபி அலுவலகம் சென்னை ஆழ்வார்பேட்டை டி.டி.கே. சாலையில் உள்ளது.

35

உங்களுக்கென ஒரு போர்ட்ஃபோலியோ!

பங்குச் சந்தையில் போர்ட்ஃபோலியோ அமைப்பது என்பது முக்கியமான விஷயம். போர்ட்ஃபோலியோ மேனேஜ்மென்ட் சர்வீஸ் என்கிற சேவையை சிலர் தனியாகவே தருகிறார்கள்.

போர்ட்ஃபோலியோ என்றால் என்னவென்று முதலில் பார்த்து விடுவோம்.

முதலீட்டில், போர்ட்ஃபோலியோ என்பது ஒரே நபரால் சேகரிக்கப்படும் பலவிதமான முதலீட்டு உபகரணங்கள். உதாரணத்துக்கு ஒரே நபர், பங்குகளில் முதலீடு செய்திருப்பார், பங்கு சார்ந்த முதலீடுகளில் முதலீடு செய்திருப்பார்.

இது தவிர, ரியல் எஸ்டேட், தங்கம்/வெள்ளி, கடன் பத்திரங்கள், டெபாசிட்டுகள் என இன்னும் பலவற்றிலும் முதலீடு செய்திருப்பார். இவை அனைத்தையும் சேர்த்துத்தான் ஒருவரின் முதலீட்டு போர்ட்ஃபோலியோ உருவாகிறது.

நம் சாப்பாட்டில் கூட்டு, பொரியல், கறி, சாம்பார், ரசம், மோர், ஊறுகாய், உப்பு, சாதம் எல்லாம் சரியான அளவில் இருந்தால் மட்டுமே சாப்பாடு ருசிக்கும். அதுபோல, நம் போர்ட்ஃபோலியோவில் அனைத்து முதலீட்டு உபகரணங்களும் சரியான விகிதத்தில் இருந்தால் மட்டுமே, நம் முதலீடு பாதுகாப்பானதாக அமையும். இந்த போர்ட்ஃபோலியோவும் வயதுக்கு ஏற்ற சதவிகிதத்தில் இருக்க வேண்டும். குழந்தைகள் நெய், இனிப்பு, ஐஸ்க்ரீம் போன்றவற்றை அதிகம் சாப்பிடுவார்கள். ஆனால், வயதானவர்களும் அதே மாதிரி இனிப்பையும் ஐஸ்க்ரீமையும் சாப்பிட முடியுமா? வயதுக்கு ஏற்ப உணவு வகைகள் மாறுவதுபோல் நம் போர்ட்ஃபோலியோவும் அமைய வேண்டும்.

நான் சந்திக்கும் பல முதலீட்டாளர்கள் இன்றைய தினத்தில் ரியல் எஸ்டேட்டில் தங்கள் முழுப் பணத்தையும் போட்டுவைத்து இருக்கிறார்கள். தமிழ்நாட்டில் உள்ள ஒவ்வோர் ஊரிலும் ஒரு வீட்டுமனையை அல்லது விளை நிலத்தை முதலீடாக வாங்கிப் போட்டு இருக்கிறார்கள். அதில் பலர், அடுத்த ஐந்து வருடத்தில் காலேஜில் சேரப் போகும் தனது குழந்தையின் படிப்புச் செலவுக்காக இன்னுமொரு நிலத்தை/ஃபிளாட்டை வாங்கிப் போடலாமா என்று கேட்கிறார்கள்.

இது ஒரு பக்கம் எனில், மற்றொரு பக்கத்தில் வருடா வருடம் கட்ட வேண்டிய இன்ஷூரன்ஸ் தொகையை/குழந்தையின் பள்ளிக்கூட கட்டணத்தை சேகரிப்பதற்காக பங்கு சார்ந்த மியூச்சுவல் ஃபண்டில் ஒரு வருட எஸ்.ஐ.பி. போட்டு, அதை எடுத்து இன்ஷூரன்ஸ் தொகையை/பள்ளிக்கூட கட்டணத்தைக் கட்டிவிடலாமா என்று யோசனை கேட்கிறவர்களும் உண்டு.

இன்னுமொரு வகையினர் 30 - 40 வயதுக்குட்பட்டவர்கள். பங்குச் சந்தை, ரியல் எஸ்டேட், தங்கம்/வெள்ளி போன்ற முதலீடு அனைத்துமே வீண். எதில் முதலீடு செய்தாலும் ரிஸ்க் - எனது பணம் எல்லாம் வீணாகிப் போய்விடும். ஆகவே, நான் எனது எதிர்காலத் தேவைகள் அனைத்துக்கும் அஞ்சலகத்தின் மூலமே சேமிக்கிறேன் என்று சொல்கிறவர்களும் உண்டு.

சொல்லப்போனால், மேற்கண்ட ஒவ்வொரு வகையினரும் மிகச் சரியானது என்று நினைத்துக்கொண்டு தவறான ஒன்றை செய்துகொண்டு இருக்கிறார்கள். முழுச் சாப்பாடு ஒன்றில் நாம் எவ்வாறு அயிட்டங்கள் கணகச்சிதமாக இருக்க வேண்டும்

விகடன் பிரசுரம்

என்று விரும்புகிறோமோ, அதுபோலத்தான் நமது போர்ட்ஃபோலியோவும் இருக்க வேண்டும். உங்களது தேவைகளுக்கு ஏற்ப உங்களின் முதலீடு அமைய வேண்டும்.

ஒவ்வொருவருடைய வாழ்க்கையின் அத்தியாவசியத் தேவைகளான குழந்தைகளின் கல்வி மற்றும் திருமணம், வீடு, ஓய்வுகால வாழ்க்கை, தருமம் போன்றவற்றுக்காக சேமிப்பதை முறையாக ஒரு போர்ட்ஃபோலியோ வரையறைக்குள் சேமியுங்கள்/முதலீடு செய்யுங்கள். அதுபோல உங்களின் செல்வம் வளர வேண்டும் என்றாலும், முறையான போர்ட்ஃபோலியோ அணுகுமுறை தேவை.

உங்களது அன்றாடத் தேவைகளை மூன்று காலகட்டத்துக்குள் அடக்கலாம். அவை முறையே குறுகிய காலத் தேவைகள், நடுத்தர காலத் தேவைகள் மற்றும் நீண்ட காலத் தேவைகள். தேவைக்கு ஏற்றாற்போல் உங்களின் முதலீடுகளும் அமைய வேண்டும்.

தேவைகள்

முதலீட்டு வகை: (தேவை மற்றும் கால அளவைப் பொறுத்து கீழ்காணும் முதலீடுகளை மேற்கொள்ளலாம்)

குறுகிய காலத் தேவைகள் (மூன்று வருடத்துக்குள்)

சேவிங்ஸ் கணக்கு, லிக்விட் மியூச்சுவல் ஃபண்ட், ரெக்கரிங் டெபாசிட், ஃபிக்ஸட் டெபாசிட்.

நடுத்தர காலத் தேவைகள் (4 - 7 வருடங்கள்)

எம்.ஐ.பி., பேலன்ஸ்டு மியூச்சுவல் ஃபண்டுகள், பாண்டு ஃபண்டுகள், இ.டி.எஃப்., லார்ஜ் கேப் ஃபண்டுகள் மற்றும் லார்ஜ் கேப் பங்குகள், தங்கம்/வெள்ளி.

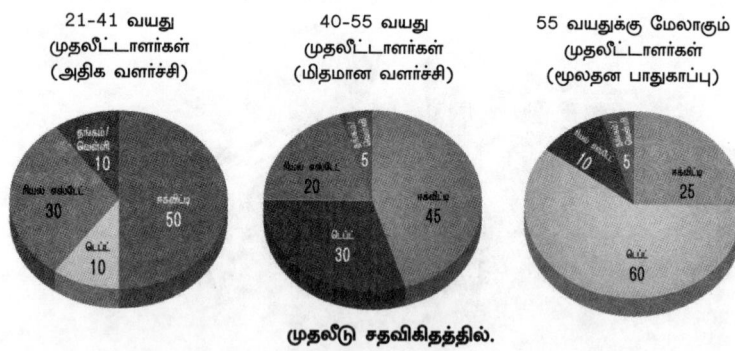

முதலீடு சதவிகிதத்தில்.

நீண்ட காலத் தேவைகள் (ஏழு வருடங்களுக்கு மேல்)

லார்ஜ் கேப் மற்றும் மிட் கேப் மியூச்சுவல் ஃபண்டுகள்/ பங்குகள், இ.டி.எஃப்., ரியல் எஸ்டேட், தங்கம்/வெள்ளி, சொந்தத் தொழில் அல்லது தொழில் சார்ந்த முதலீடுகள், ஆர்ட் மற்றும் கலெக்டர்ஸ் அயிட்டங்கள்.

இவைகளே, உங்கள் ஒவ்வொருவரின் தேவைக்கு ஏற்ற முதலீட்டு வகைகள். இனி, உங்களின் வயதுக்கு ஏற்ற முதலீட்டு போர்ட்ஃபோலியோவைப் பார்ப்போம்.

இன்றைய காலகட்டத்தில் நடுத்தர வர்க்கத்தினர் முதலீடு செய்யக்கூடிய சொத்து வகைகள் நான்கு:

1. பங்கு சார்ந்த முதலீடுகள்.

2. கடன் சார்ந்த முதலீடுகள்.

3. ரியல் எஸ்டேட்.

4. தங்கம்/வெள்ளி.

உங்களின் போர்ட்ஃபோலியோவை ஒரு வருடத்துக்கு அல்லது இரண்டு வருடத்துக்கு ஒரு முறையாவது பேலன்ஸ் செய்துகொள்வது நல்லது. இவ்வாறு ஒரு வரையறைக்குள் முதலீடு செய்யும்போது, நீங்கள் சில லாப வாய்ப்புகளை இழக்க வாய்ப்பு உண்டு. ஆனால் உங்கள் செல்வத்தை இழக்க வாய்ப்பு இல்லை.

முதலீடு என்பது, முதலில் பாதுகாப்பைத் தர வேண்டும் - அதற்குமேல் வருமானத்தைத் தர வேண்டும். இவற்றை மனதில் கொண்டு உங்கள் முதலீட்டு பயணத்தைத் தொடங்குங்கள்!

36

பாடங்கள் முடிவதில்லை!

பங்குச் சந்தை தொடர்பான அடிப்படை விஷயங்கள் குறித்த ஆரம்பப் பாடங்கள் முடிந்துவிட்ட நிலையில், பல ஆயிரம் வாசகர்கள் தங்கள் சந்தேகங்களைக் கேட்டிருக்கிறார்கள். அவற்றில் சிலவற்றுக்கு இங்கே பதில் அளித்துள்ளேன்.

**செந்தில்குமார்,
திண்டுக்கல்.**

பங்குச் சந்தை முதலீட்டின் மூலம் குறுகிய காலத்தில் கோடீஸ்வரனாக விரும்புகிறேன். இது சாத்தியமா?

"இவர் மட்டுமல்ல, பலரும் இந்த மாதிரி நினைக்கிறார்கள். நம் மக்களிடம், பங்குச் சந்தை பற்றி இரண்டு விதமான கருத்துகள் பரவலாக இருக்கிறது. ஒன்று, அது சூதாட்டம். மற்றொன்று; குறுகிய காலத்தில் கோடீஸ்வரனாகும் வழி. இந்த இரண்டு

அணுகுமுறையும் தவறு. பங்குச் சந்தை முதலீடு நீண்ட கால முதலீடு என்பதை முதலில் மனதில் கொள்ள வேண்டும்.

ஒரு தொழிலைச் செய்ய ஆரம்பிக்கிறீர்கள். அந்தத் தொழிலைப் பற்றி அனைத்து விஷயங்களையும் முழுவதுமாகத் தெரிந்துகொள்ள உங்களுக்கு சில ஆண்டுகள் பிடிக்கிற மாதிரித்தான் பங்குச் சந்தை முதலீடும். எடுத்த எடுப்பிலேயே உங்களால் வெற்றிக் கொடி நாட்டி கோடி கோடியாக குவித்துவிட முடியும் என்கிற கனவு தயவுசெய்து வேண்டாம். பெரும்பாலான முதலீட்டாளர்கள், பங்குச் சந்தையில் அடைந்த வெற்றியை பற்றித்தான் நண்பர்களிடமும் மற்றவர்களிடமும் பகிர்ந்துகொள்கிறார்கள். அவர்களுக்கு ஏற்படும் தோல்விகளை பல நேரங்களில் தங்களுக்குள்ளேயே அமுக்கிவிடுகிறார்கள். ஆகவே, 'குறுகிய காலத்தில் பங்குச் சந்தையில் நான் பெரும் பணம் சம்பாதித்துவிட்டேன்!' என்று யாராவது சொன்னால், நம்பவே நம்பாதீர்கள்.

அதுபோலவே, பங்குச் சந்தையில் முதலீடு செய்தால் 30%, 50% லாபம் கிடைக்கும் என்பதை உறுதியாகச் சொல்ல முடியாது. இன்னும் சிலர், எங்கள் சாஃப்ட்வேரை பயன்படுத்தினால், உங்களுக்கு 25% லாபம் உறுதி, என்றெல்லாம் சொல்கின்றனர். அந்த சாஃப்ட்வேரை வாங்கி பயன்படுத்துவதன் மூலம் நீங்கள் பணம் சம்பாதிக்கிறீர்களோ என்னவோ, அவர்கள் நிச்சயம் பணம் சம்பாதித்துவிடுகிறார்கள்.

உறுதியான லாபம் கொடுக்கும் ஒரு சாஃப்ட்வேரை ஒருவரால் தயார் செய்ய முடியும் என்றால், அதை வைத்து அவரே லாபம் சம்பாதிக்கலாமே! 5 ஆயிரம், 10 ஆயிரம் ரூபாய்க்கும் யாரோ ஒருவருக்கு கொடுப்பானேன்? இது மாதிரியாக பங்குச் சந்தையில் யாரும் கோடீஸ்வரன் ஆனவர்கள் இல்லவே இல்லை. அப்படி ஓரிருவர் ஆகியிருந்தாலும் பின் நாட்களில் அந்தப் பணத்தை கட்டாயம் தொலைத்திருப்பார்.

சுருக்கமாக, குறுகிய காலத்தில் பங்குச் சந்தையில் கோடிக்கணக்கில் பணம் சம்பாதிப்பது கடினம். அப்படிப்பட்ட ஓர் எண்ணத்தோடு பங்குச் சந்தையில் முதலீட்டை மேற்கொள்ளாதீர்கள். அப்படியானால், பங்குச் சந்தையில் முதலீடு செய்ததன் மூலம் யாருமே இதுவரை கோடீஸ்வரர் ஆனதில்லையா? என்று நீங்கள் கேட்கலாம்.

வெளிநாடுகளில் வாரன் பஃபட், ஜார்ஜ் சோரஸ், இந்தியாவில்

ராகேஷ் ஜுன்ஜுன்வாலா... என பல நூறு கோடீஸ்வரர்களை பங்குச் சந்தை உருவாக்கி இருக்கிறது. ஆனால், இவர்கள் யாருமே குறுகிய காலத்தில் கோடீஸ்வரனாகிவிடவில்லை. பத்து, இருபது ஏன் ஐம்பது ஆண்டுகளாகத் தொடர்ந்து பங்குச் சந்தையில் முதலீடு செய்ததன் மூலமே கோடீஸ்வரராக ஆகியிருக்கிறார்கள். எனவே, குறுகிய காலத்தில் பங்குச் சந்தை மூலம் கோடீஸ்வரர் ஆகும் ஆசையை விட்டுவிடுங்கள்."

தர்மராஜன்,
விழுப்புரம்.

நான் ஏன் பங்குச் சந்தையில் முதலீடு செய்ய வேண்டும்?

"பங்குச் சந்தை முதலீடு இன்றைய காலகட்டத்தில் நம் ஒவ்வொருவருக்கும் அவசியம். இன்று இந்தியப் பொருளாதாரம் படுவேகமாக வளர்கிறது. இந்த வளர்ச்சியால், உற்பத்திக்கும் தேவைக்குமான இடைவெளி அதிகமாகி இருக்கிறது. உணவுப் பொருட்கள் விலையேற்றம், வீட்டு விலை மற்றும் வாடகை உயர்வு என அத்தியாவசியமான ஒவ்வொன்றும் விலை ஏறிக்கொண்டே இருக்கிறது. உதாரணமாக, கடந்த ஆண்டு 10 ரூபாய் கொடுத்து வாங்கிய பொருள் இன்று 11 ரூபாய். அதாவது 10% விலை உயர்ந்திருக்கிறது. இதைத்தான் நாம் 'பணவீக்கம்' என்கிறோம்.

நீங்கள் எதில் முதலீடு செய்வதாக இருந்தாலும், உங்கள் பணம் இந்த பணவீக்க விகித்தைத் தாண்டி வருமானம் கொடுப்பதாக இருக்க வேண்டும். உதாரணமாக, ஒரு லட்சம் ரூபாய் வங்கி பிக்ஸட் டெப்பாஸிட்டில் போடுகிறீர்கள். 8% உங்களுக்கு வட்டி கிடைக்கிறது என்றால், 10% பணவீக்கத்தோடு அதை ஒப்பிடும்போது உங்களுக்கு 2% வருமான இழப்பு ஏற்படுகிறது. உங்களுக்கு 12% வட்டி கிடைத்தால் பணவீக்கம் 10% போக, 2% வருமானம் கிடைக்கும். ஆனால், வருத்தத்துக்குரிய

ஷேர் மார்க்கெட் - A to Z

உண்மை என்னவென்றால், 12% வட்டி கொடுக்கிற வங்கிகள் ஏறக்குறைய இல்லை என்றே சொல்லிவிடலாம்.

ஆனால், பணவீக்கத்தை வெல்லக்கூடிய நல்ல ஒரு முதலீடு பங்கு சார்ந்த முதலீடு என்பது உலகம் முழுக்க ஒப்புக்கொள்ளப்பட்ட உண்மை. சரியான பங்குகளில் நீண்டகாலத்துக்கு முதலீடு செய்தால், உங்கள் வருமானம் நிச்சயமாக பணவீக்கத்தைத் தாண்டியதாகத்தான் இருக்கும். பங்குச் சந்தையில் முதலீடு செய்ய வேண்டும் என்பதற்கு இதுவே முக்கியமான காரணம்.

பங்குச் சந்தை முதலீட்டில் ஒவ்வொரு மனிதனும் கட்டாயமாக சிறிதளவாவது ஈடுபட வேண்டும். ஏனென்றால், அந்த முதலீட்டினால் நீங்கள் உலகப் பொருளாதாரத்தோடு உறவு உண்டாக்கிக் கொள்கிறீர்கள். நிறுவனங்கள், பல வகையான தொழில்கள், நடப்புகள், வாய்ப்புகள், புதிய தொழில்கள், நிர்வாகம், உலக நிறுவனங்கள் போன்றவற்றைப் பற்றியும் தெரிந்துகொள்கிறீர்கள்.

பங்கு முதலீட்டால் லாபம் வருவது ஒரு புறம் இருக்க, அதன்மூலம் கிடைக்கும் அனுபவம், லாபத்தைவிட அதிகம்.

சில மாதங்களுக்கு முன்பு எம்.டி. படித்த டாக்டர் ஒருவர் என்னைச் சந்திக்க வந்தார். இந்த சந்திப்பின் நோக்கம் அவர் பங்குச் சந்தையில் முதலீடு செய்ய. ஆனால், அவருக்கு தனியாக தொழில் தொடங்க வேண்டும் என்று ஆசை. பின்நாட்களில் தொழில் தொடங்கும்போது, பங்கு முதலீட்டின் மூலம் கிடைத்த அனுபவம் நேரடியாக இல்லாவிட்டாலும் மறைமுகமாவது உதவியாக இருக்கும் என்று நம்புகிறார் அவர்.

பங்குச் சந்தையில் பணத்தை முதலீடு செய்வதன் மூலம் இப்படி பல நன்மைகள் கிடைக்கும்போது நாம் அதைத் தவறவிடுவது புத்திசாலித்தனமான முடிவாக இருக்குமா?"

இளங்கோ கண்ணன்,
மதுரை.

என் மகன் இப்போது 9-ம் வகுப்பு படிக்கிறான். அவனுக்கு பங்குச் சந்தையை அறிமுகப்படுத்தி, அதன் அடிப்படையான விஷயங்களைக் கற்றுத் தரலாமா?

"தாராளமாக! இன்னும் சிறு வயதில்கூட அறிமுகப்படுத்தலாம்.

ஆனால், ஒரு நீண்டகால முதலீட்டாளராக அறிமுகப்படுத்துங்கள்; தினசரி டிரேடராக/ஸ்பெக்குலேட்டராக பங்குச் சந்தையை அறிமுகப்படுத்தாதீர்கள்! பங்குச் சந்தையை ஒரு விளையாட்டாக விளையாடி குழந்தைகளுக்கு கற்றுத்தர விரும்புகிறவர்கள் http://www.neopets.com/ என்கிற இணையதளத்துக்குள் சென்று ஸ்டாக் மார்க்கெட் என்று தேடினால் உங்களுக்கு அற்புதமான ஒரு விளையாட்டு கிடைக்கும். இதில் உலக நிதிச் சந்தையைப் பற்றிய அறிவையும், அது, எவ்வளவு இன்றியமையாதது என்பதையும், அதில் அவர்களுக்கு என்னென்ன வாய்ப்புகள் இருக்கிறது என்பதைப் பற்றியும் கற்றுத்தரும்."

எஸ்.விவேகானந்தன்,
கரூர்.

நான் வங்கித் துறை, மருத்துவத் துறை பங்குகளில் மட்டுமே முதலீடு செய்து வருகிறேன். என்னுடைய இந்த அணுகுமுறை சரியா?

"சாதாரண ஒரு முதலீட்டாளர், பல துறைகளைச் சேர்ந்த பங்குகளில் முதலீடு செய்வதே சரியான முடிவு. பங்குச் சந்தையைப் பொறுத்தவரை, துறைகளின் வளர்ச்சியில் சுழற்சி இருக்கும். உதாரணமாக, கடந்த சில ஆண்டுகளாக இன்ஃப்ரா துறை அடிபட்டு இருக்கிறது. அதே சமயத்தில் எஃப்.எம்.சி.ஜி., பார்மா மற்றும் வங்கித் துறைகள் நன்றாக வளர்ந்துள்ளன. அடுத்த சுழற்சியில் இது மாறலாம். எனவே, அதை அறிந்து முதலீடு செய்யவும். நீங்கள் இந்த இரு துறைகளில் மட்டுமே முதலீடு செய்ய விரும்பினால், அந்தத் துறை எப்போதெல்லாம் அடிபடுகிறதோ, அப்போது மட்டுமே வாங்கவும்.

மேலும், இந்த இரு துறைகளில் மட்டுமே முதலீடு செய்யும்போது, அவற்றைப் பற்றிய பரிச்சயம் உங்களுக்கு அதிகமாக இருப்பதும் அவசியம்!"

எல்.மாசிலாமணி,
திருச்சி–5

நான் ஓய்வுபெற்ற அரசு ஊழியர். 'பங்குச் சந்தை, ஓய்வு பெற்றவர்களுக்கானதல்ல' என்கிறார்கள். ஆனால், என் நண்பர்கள் பலரும் பங்குச் சந்தையில் பணம் போட்டுவைத்து இருக்கிறார்கள்.

எனக்கு ஆசையாக இருக்கிறது. நானும் முதலீடு செய்யவா?

“பங்குச் சந்தை முதலீடு பலருக்கும் பல வகைகளில் உதவுகிறது. ஓய்வுபெற்ற சிலர், தங்களின் நேரத்தைச் செலவழிப்பதற்காக பங்குச் சந்தையில் முதலீடு செய்கிறார்கள். நீங்கள் வசதியானவர் (உங்களின் அன்றாடத் தேவைகளுக்குமேல் உங்களிடம் பணம் இருக்கும் பட்சத்தில்) என்றால், பங்குச் சந்தையால் ஏதேனும் நஷ்டம் ஏற்பட்டால் அது உங்களையும் உங்கள் குடும்பத்தினரையும் பாதிக்காது என்றால், நீங்கள் பங்குச் சந்தையில் முதலீடு செய்யலாம். உங்கள் அன்றாட தேவைகளுக்கான பணத்தை பங்குச் சந்தையில் முதலீடு செய்யாதீர்கள். டே டிரேடிங்கிலும் ஈடுபடாதீர்கள்.”

எம்.அர்ஜுன்,
சென்னை.

நான் லாங் டைம் இன்வெஸ்டர். ‘2,500/- ரூபாய் கட்டினால் டெக்னிக்கல் அனாலிசிஸ் சொல்லித் தருகிறோம்... நிறைய லாபம் பார்க்க முடியும்’ என்று எனக்கு அடிக்கடி அழைப்பு விடுக்கிறது ஒரு நிறுவனம். இத்தகைய வகுப்புகளுக்கு போவது நல்லதா?

“எந்தத் துறையிலும் அறிவைப் பெருக்கிக்கொள்வது நல்லதே! உங்களிடம் பணம், விருப்பம் மற்றும் நேரம் இருக்கும் பட்சத்தில் நன்றாகக் கற்றுக்கொள்ளுங்கள். அதனால் நல்ல லாபம் பார்க்கிறீர்களா இல்லையா என்பதுதான் கேள்வி. முதலில் மேக்ரோ மற்றும் மைக்ரோ எக்கனாமியைப் பற்றி கற்றுக்கொள்ளுங்கள். பிறகு, நிறுவனங்களின் ஆபரேஷன்ஸ மற்றும் நிதி நிலைமை குறித்து ஆராயக் கற்றுக்கொள்ளுங்கள். மூன்றாவதாக, டெக்னிக்கல் அனாலிசிஸை கற்றுக்கொள்ளுங்கள். வெறும் டெக்னிக்கல் அனாலிசிஸை மட்டுமே வைத்து பணம் சம்பாதிப்பது கடினமே!”

காயத்ரி சிவராமன்,
அம்பத்தூர்.

‘பங்குச் சந்தையில் நான் சொல்கிறபடி முதலீடு செய்யுங்கள். 100% வருமானம் நிச்சயம்!’ என்று அடித்துச் சொல்கிறார் ஒருவர். அவரை நம்பி 2 லட்சம் ரூபாய் பணத்தைப் போடலாமா?

“என்னுடைய பதில், ஒருபோதும் செய்யாதீர்கள் என்பதே!

100% லாபம் சம்பாதிப்பது உறுதி என்றால், அந்த லாபத்தை அவரே சம்பாதித்துக்கொண்டு போகலாமே! மற்றவர்களுக்கு கொள்ளை லாபம் சம்பாதித்துத் தரவேண்டும் என்று அவருக்கு வேண்டுதலா என்ன?

சமீபகாலமாக, சிலர் இன்னொரு புது டெக்னிக்கையும் பயன்படுத்தி வருகிறார்கள். 100 சதவிகித லாபம் நிச்சயம் என்பதோடு நிற்காமல், நஷ்டத்தில் அதை அவர்கள் ஏற்றுக்கொள்வதாகவும், இதை பத்திரத்தில் எழுதித்தரத் தயார் என்றும் சொல்கிறார்கள். ஆனால், இந்தப் பத்திரத்தை எங்கும் ரிஜிஸ்டர் செய்ய முடியாது. எனவே, நாளைக்கு உங்களுக்கு நஷ்டம் வந்தால், உங்களால் எங்கும் புகார் செய்ய முடியாது. எனவே, ஜாக்கிரதை!"

**டி.நவநீத கிருஷ்ணன்,
காங்கேயம்.**

நான் தனியார் கம்பெனி ஒன்றில் வேலை பார்க்கிறேன். டே டிரேடிங்கில் சராசரியாக ஒரு நாளைக்கு 500/- ரூபாய் லாபம் பார்க்கிறேன். நான் பார்க்கும் வேலையை விட்டுவிட்டு, முழு நேரமாக டே டிரேடிங் செய்யலாமா?

"உறுதியாகச் செய்யாதீர்கள்! டே டிரேடிங்கில் தொடர்ந்து சம்பாதித்தவர்கள் உலகில் வெகு சிலரே! அதில் உறுதியாக லாபம் கிடைக்கும் என்று சொல்ல முடியாது. இதுநாள் வரை உங்களுக்கு கிடைத்தது தற்செயலான விஷயமாக இருக்கலாம். அதையே சாஸ்வதம் என்று நினைத்து, வேலையை விட்டீர்கள் எனில் மாட்டிக்கொள்வீர்கள்."

**எஸ்.முத்துசாமி,
அம்பாசமுத்திரம்.**

நான் கடந்த மூன்று மாதத்துக்கு முன்புதான் பங்குச் சந்தை வணிகத்தில் இறங்கினேன். அதுவும் மாதம் மூன்று பங்குகள் என்கிற அடிப்படையில் கோல் இந்தியா நிறுவனப் பங்குகளை வாங்கியுள்ளேன். நீண்ட கால முதலீட்டுக்கு இதே அடிப்படையில், தொடர்ந்து ஒரே நிறுவன பங்குகளை மட்டும் வாங்கினால் சரியான அணுகுமுறையாக இருக்குமா? அல்லது வெவ்வேறு நிறுவன பங்குகளை வாங்கலாமா?

"நிலக்கரி நம் நாட்டுக்கு எப்போதும் தேவையான ஒன்றுதான்.

அதனால், அந்த நிறுவனத்தின் பங்குகள் நீண்ட காலத்தில் நன்றாகச் செயல்படும். இருந்தபோதிலும் உங்களது ரிஸ்க்கை குறைத்துக்கொள்வதற்காக, கோல் இந்தியா நிறுவனம் போன்ற பெரிய பங்குகள் இன்னும் சிலவற்றை சேர்த்துக்கொள்ளுங்கள் (உதாரணத்துக்கு, எஸ்.பி.ஐ., ஐ.டி.சி., ஓ.என்.ஜி.சி., எல் அண்ட் டி.) உங்கள் ரிஸ்க் குறைந்து, நீண்டகால நோக்கில் நல்ல பலன் கிடைக்கும்."

பங்கு பரிவர்த்தனையை லாபகரமாகச் செய்ய நான் சொல்லி இருக்கும் விஷயங்களே போதுமானவை. சந்தையில் நிகழும் மாற்றங்களை செய்தித்தாள்கள் மூலம் அறிந்து, உங்கள் அறிவை தொடர்ந்து பெருக்கிக் கொள்ளுங்கள். பங்குச் சந்தையில் பாதுகாப்பான முறையில் கணிசமான லாபத்தைச் சம்பாதிக்க வாழ்த்துகள்!

●